அக்னி

இந்திரா பார்த்தசாரதி

இயற்பெயர் ஆர். பார்த்தசாரதி. 1964 முதல் சிறுகதை
களும் நாவல்களும் கட்டுரைகளும் நாடகங்களும் எழுதி
வருபவர். சரஸ்வதி சம்மான், சாகித்ய அகாதமி, பாரதீய
பாஷா பரிஷத் விருதுகள் பெற்றவர். இவருடைய
படைப்புகள் பல்வேறு மொழிகளில் மொழிபெயர்க்கப்
பட்டுள்ளன.

எமது வெளியீட்டில் ஆசிரியரின் பிற நூல்கள்

நாவல்

ஆகாசத் தாமரை

மாயமான் வேட்டை

தந்திர பூமி

திரைகளுக்கு அப்பால்

சத்திய சோதனை

குருதிப்புனல்

கிருஷ்ணா கிருஷ்ணா

வேதபுரத்து வியாபாரிகள்

சுதந்தர பூமி

ஹெலிகாப்டர்கள் கீழே இறங்கிவிட்டன

வெந்து தணிந்த காடுகள்

நாடகம்

ஒளரங்கசீப்

அக்னி

இந்திரா பார்த்தசாரதி

அக்னி

Agni
Indira Parthasarathy ©

Kizhakku First Edition: June 2007
Previous Edition : 2000
112 Pages

ISBN 978-81-8368-328-9
Title No. Kizhakku 239

Kizhakku Pathippagam
177/103, First Floor,
Ambal's Building, Lloyds Road,
Royapettah, Chennai 600 014.
Ph: +91-44-4200-9603

Email : support@nhm.in
Website : www.nhm.in

Author's Email : nadaadur2k@yahoo.com

Kizhakku Pathippagam is an imprint of New Horizon Media Private Limited

தொண்ணூறு வயதானாலும், அரசியல்வாதிகள் பதவியிலிருக்க ஆசைப்படுவதில் ஆச்சரியம் ஒன்றுமில்லை! பதவி தரும் சௌகரியங்கள் எல்லாவற்றையும் விட பல பேரை விரட்டிக் கொண்டிருக்க முடியுமென்ற சந்தோஷந்தான், அவர்களுக்கு மன நிறைவைத் தருகிறது.

1

செய்தித்தாளில் அதைப் படித்ததும், ரவி அதிர்ச்சிக்கு உள்ளானான்.

தீ விபத்தைப் பற்றி விவரமாகச் சித்திரித்துக் கூறியிருந்தார்கள். இறந்து போனவரைப் பற்றி மூன்று வரிகள்!

எண்பது வருஷ வாழ்க்கை, பதினெட்டு வார்த்தைகளுக்குள் அடக்கம்!

தீ விபத்துதான் செய்தி. சுதந்தரப் போராட்டத்துக்காகத் தம்மைச் சுமார் முப்பது ஆண்டுகள் அர்ப்பணித்துக் கொண்ட வருடைய வரலாறு, செய்தி அல்ல. இந்தக் காலத்து வாழ்க்கை மதிப்புகள் இவ்வாறு இருக்கும்போது, யாரைக் குற்றம் சொல்லி என்ன பயன்?

ரவிக்கு கோபத்தில் என்ன செய்வதென்றே புரியவில்லை. செய்தித்தாளை வீசி எறிந்தான்.

இறந்துபோன டேவிட் சந்திரமோகன், 1947க்கு முன்னால் விடுதலைப் போராட்டத்தில் முக்கியப் பங்கேற்றவர். தாம் போராடியதை முதலீடாகச் செய்துகொள்ளத் தெரியாத அப்பாவி மனிதர். ஒரு முனிஸிபல், கார்ப்பரேஷன் தேர்தலுக்குக் கூட நிற்கவில்லை. ஆரம்பத்தில் சுதந்தரம் கிடைத்தபோது அவர் மூலம் அரசியல் ஆதாயங்களை அடைய முயன்றவர்களை, அவர்கிட்டே நெருங்க விடவில்லை. அரசியலிலிருந்து ஒதுங்கி யிருக்க முற்பட்டதன் விளைவு, சமூகம் அவரை ஒதுக்கிவிட்டது. இதைப்பற்றி அவர் கவலைப்பட்டதும் கிடையாது.

லாலா லஜ்பத்ராய், காந்திஜி போன்ற தலைவர்களுடன் அவர் நெருங்கிய தொடர்பு கொண்டிருந்தார் என்பதே பலருக்குத் தெரியாத விஷயம். 1930-ல் பிரிட்டிஷ் போலீஸார் கண்ணில் மண்ணைத் தூவிவிட்டு, இந்தியாவைவிட்டு வெளியேறி, ஜப்பானுக்குச் சென்றார். ஜப்பானிய மொழியில் தேர்ச்சி அடைந்து, ஆங்கில ஆட்சியின் கொடுமைகளைச் சித்திரித்து, ஜப்பானியப் பத்திரிகைகளில் கட்டுரைகள் எழுதி வந்தவர், நேதாஜியின் தேசிய ராணுவப் படையில் சேர்ந்தார். யுத்தம் முடிந்த பிறகு, தலைமறைவாகி 1950-ல் இந்தியாவுக்கு வந்தார். அரசியல் கட்சிகள் ஒவ்வொன்றும் போட்டியிட்டுக் கொண்டு, அவரை ஏற்றுக்கொள்ள முன் வந்தன. ஆனால் அவர் ஒரு கட்சியிலும் சேராமல், ஜப்பானிய செய்தி ஸ்தாபனமொன்றின் நிருபராக இருந்தே, வாழ்க்கை முழுவதையும் ஓட்டிவிட்டார்.

அவர் சொந்த வாழ்க்கையைப் பற்றி யாருக்கும் ஒன்றும் தெரியாது. அவர் அதைப்பற்றி விவாதித்ததுமில்லை. அவர் திருமணமே ஆகாதவரென்றும் ஜப்பானுக்குப் போன புதிதில், ஒரு ஜப்பானியப் பெண்ணை மணந்து அவள் இறந்து விட்டா ளென்றும் பல வதந்திகள். அவர் எதையும் மறுத்ததுமில்லை; ஏற்றுக் கொண்டதுமில்லை. ஒரு மர்மப் புன்னகைதான் பதில்.

எண்பது வயது வரை நோய் நொடியின்றி, திடகாத்திரராக வாழ்ந்தவருக்கா இப்படியொரு சாவு ஏற்பட வேண்டும்? அவர் கான் மார்க்கெட் கடைகளுக்கு மேலேயிருந்த குடியிருப்புப் பகுதியில் ஓர் அறையில் இருந்து வந்தார். நள்ளிரவில், திடீரென்று அவர் அறை மட்டும் தீ விபத்துக்கு உள்ளாகக் காரணமென்ன? அவர் அறையினின்றும் புகை வருவதைக் கண்டபிறகுதான், தீயணைக்கும் படையினருக்குத் தகவல் தெரிவித்திருக்கிறார்கள். அவர்கள் வருவதற்குள் காரியம்

முடிந்துவிட்டது. அவர் அணைக்காமல் எறிந்திருக்கக் கூடிய சுருட்டுதான் காரணமென்பது போலீஸார் யூகம்.

அவர் மட்டுமல்ல, அறையிலிருந்த அவருடைய உடைமைப் பொருள்கள் எல்லாமே வெந்து கருகிவிட்டன என்பது செய்தி. இது எதேச்சையாக ஏற்பட்ட விபத்தா?

ரவியின் மனத்தை விளக்க முடியாத ஏதோவொன்று லேசாக நெருடியது.

டேவிட்டை நன்கு அறிந்த அவனுக்கு, அவர் தற்கொலை செய்து கொண்டிருக்கமாட்டார் என்று உறுதியாகப் பட்டது. அசாத்திய மனத் துணிச்சல் கொண்ட அவர், இப்படியொரு கோழைத் தனமான காரியத்தைச் செய்திருப்பாரென்று கற்பனை செய்தும் பார்க்க முடியவில்லை.

தற்கொலை இல்லையென்றால்...

கொலை என்றும் எண்ணிப் பார்க்க முடியவில்லை. கதவு உள்பக்கமாகத் தாளிடப்பட்டிருந்ததென்றும் கதவை உடைத்துக் கொண்டு உள்ளே போகும்படியாக இருந்ததென்றும், செய்தி கூறுகின்றது.

ரவிக்கு ஒன்றும் புரியவில்லை.

இன்னொரு காபி குடித்தால் தேவலை என்று அவனுக்குத் தோன்றிற்று. காலையில் அவன் தயாரித்த காபியே மோசமான காபி. பொடி இறங்கிய காபி. மறுபடியும் புதிதாக டிக்காஷன் போட்டாக வேண்டும். அவனுக்குச் சோம்பலாக இருந்தது.

அவன் ஒரு சிகரெட்டைப் பற்ற வைத்துக்கொண்டான்.

அவன் அறையை விட்டு வெளியே வந்தான். சூரியனின் சிவந்த முகம் மாறி, வெண்மை படரத் தொடங்கியிருந்தது.

அவன் பர்ஸாத்தியில் குடியிருந்தான். கீழே உலகம் உயிர் பெற்றெழுந்த நிலையில், நடமாடத் தொடங்கியிருந்தது.

கோடி வீட்டுச் சாவ்லா வாக்கிங்குக்குப் புறப்பட்டு விட்டார். வயது ஐம்பதுக்கு மேலிருக்கும். காலத்தையும் தொந்தியையும் பின்னோக்கித் தள்ளச் செய்யும் முயற்சி.

வெளியுறவு இலாகாவில் வேலை செய்வதினால், வாஷிங் டனிலோ அல்லது பாரிஸிலோ எப்பொழுதோ இழந்து விட்ட இளமையைத் தேடி அலையும் தீவிரம்.

அவன் அந்தத் தெருவுக்குக் குடி வந்த புதிதில், சாவ்லா அவனை வழியில் சந்தித்துப் பேசியது அவன் நினைவுக்கு வந்தது.

'என் பெயர் சாவ்லா. நீங்கள் புதிதாகக் குடி வந்திருக்கிறீர்கள் என்று நினைக்கிறேன்.'

'ஆமாம்.'

'உங்கள் பெயர்?'

'ரவி.'

'எங்கே வேலை செய்கிறீர்கள்?'

'டெல்லி பல்கலைக்கழகம்.'

'ஆசிரியரா?'

'ஆமாம்.'

'மதராஸியா?'

'ஆமாம்.'

'நான் இந்த காலனிவாசிகளின் சங்கத்துக்குத் தலைவன். என்ன குறை இருந்தாலும் என்னிடம் சொல்லுங்கள். சங்கத்துக்கு மாதச் சந்தா ஐந்து ரூபாய். செளக்கிதாரிடம் கொடுத்துவிடுங்கள்.'

அதற்குப் பிறகு, அவனைப் பார்க்கும் போதெல்லாம், ஒரு புன்னகையோடு சரி, பேசுவதில்லை.

'நீங்கள் பல்கலைக்கழகத்தில் ஆசிரியராக இருக்கிறீர்கள். உங்களால் அவருக்கு எந்த உபயோகமுமில்லை. அதனால்தான் உங்களோடு பேசி என்ன பயன் என்று பேசாமலிருக்கிறார். வெளி உறவு இலாகாவில் வேலை செய்வதினால் அவருக்குப் பல நாடுகளோடு தொடர்பு உண்டு. நீங்கள் தொழில் துறையில் இருந்திருந்தால், நிச்சயம் உங்களுடைய நெருங்கிய நண்பராக ஆகியிருப்பார். பரஸ்பர ஆதாயங்களைத் தவிர சாவ்லாவுக்கு வேறு எதிலும் நம்பிக்கையில்லை' என்று வீட்டுக்காரர் ஒரு சமயம் கூறியது அவன் ஞாபகத்துக்கு வந்தது.

சாவ்லா தன்னுடன் பேசுவதில்லை என்பதை ஒரு பெரிய நஷ்டமாக ரவி கருதியதும் கிடையாது.

நாட்டில் இப்பொழுது பெரும்பாலும் சாவ்லாக்கள்தாம். இதுதான் இன்றைய தர்மம்.

ரவிக்கு எரிச்சல் ஏற்பட்டது. சிகரெட் துண்டைக் கீழே போட்டு செருப்பினால் தேய்த்தான்.

நாளின் இளமைப் பொழுதோடு கொஞ்சி விளையாடும் மென் காற்று நெற்றியில் விழுந்த தலைமயிரை அவன் ஒதுக்கிவிட்டுக் கொண்டான். எரிச்சல் மறைந்து, மனம் சந்தோஷத்தால் நிறைந்தது.

இயற்கை, பலவிதமான மனச் சலனங்களுக்குட்பட்ட பெண் மாதிரி. இளந்தென்றலாக, சூறைக் காற்றாக, பச்சைப்பசே லென்று வயல்வெளியாக, பாலைவனமாக, அருவியாக, பொங்கும் கடலாக, வீட்டை ஒளி செய்யும் விளக்காக, காட்டில் பரவும் தீயாக.

இயற்கையே, டேவிட் மீது உனக்கென்ன கோபம்?

உன் நியதிகளையும் விதிகளையும் மனிதன் மீறுகின்றான் என்பதனால் அவன்மீது அவருக்கு அசாத்திய கோபம் என்ற செய்தி உனக்குத் தெரியுமா?

அப்படியிருந்தும் உன் சலன புத்திக்கு அவர் பலியாகிவிட்டாரே, இது நியாயமா?

ரவிக்கு, அவரை முதல் முறையாகச் சந்தித்த நினைவு, இன்னும் பசுமையாக இருக்கிறது.

ஒருநாள், அவன், ஒரு பத்திரிகை அலுவலகத்தில் வேலை பார்த்து வந்த அவன் நண்பன் தீபக்குடன் ப்ரஸ் கிளப்புக்குச் சென்றிருந்தான். இது நடந்தது, மூன்று வருஷங்களுக்கு முன் னால். இரவு ஏழரை மணி இருக்கும்.

ஒரு மூலையில் சிந்தனையிலாழ்ந்தவாறு ஒரு கிழவர் உட்கார்ந்திருந்தார்.

'அவரைத் தெரியுமா உனக்கு?' என்றான் தீபக்.

'தெரியாது.'

'அவர்தான் டேவிட் சந்திர மோகன். உத்தமமான மனிதர். வா, அறிமுகப்படுத்தி வைக்கிறேன்.' இருவரும் அவரை நோக்கிச் சென்றார்கள்.

'டேவிட் சா(ஹ)ப். இவன் என் நண்பன் ரவி. பல்கலைக் கழகத் தில் ஆசிரியராக இருக்கிறான்.'

டேவிட் அவனை ஏறிட்டு நோக்கினார். பிறகு, மிகவும் மிருதுவான குரலில் சொன்னார்: 'உட்காருங்கள்.'

'பல்கலைக்கழகம் என்றால் டெல்லி பல்கலைக்கழகமா?'

'ஆமாம்' என்றான் ரவி.

'எந்தத் துறை?'

'பிஸிக்ஸ்.'

'இயற்கையின் எதிரி, அப்படித்தானே?'

'எதிரியல்ல. இயற்கையைப் புரிந்துகொள்ள முயற்சி செய்கிறோம்.'

'இயற்கையின் நியதிகளையும் விதிகளையும் மாற்றிக் குளறுபடி செய்துதான் அதைப் புரிந்துகொள்ள வேண்டுமா? இயற்கை உங்களை மன்னிக்காது. நான் குடிப்பது, ரம். உங்களுக்கு என்ன வேண்டுமோ சொல்லிக் கொள்ளுங்கள்.'

டேவிட், இந்த வயதில் ரம் குடித்துக்கொண்டிருப்பது அவனுக்கு ஆச்சரியமாக இருந்தது. மிகவும் ஆரோக்கியமாகத்தான் தென் பட்டார்.

தீபக் அவர்களிருவருக்கும் விஸ்கி கொண்டு வரும்படி சொன்னான்.

'டேவிட் சா(ஹ)ப்புக்கு எழுபத்தைந்து வயதாகிறது. அதனால்தான் நீராகாரம். தினம் மூன்று பெக் ரம்' என்று சொல்லிவிட்டுப் புன்னகை செய்தான் தீபக்.

'எழுபத்தேழு. நீராகாரம் மட்டுமல்ல. சிக்கன் சாப்பிடப் போகிறேன். நான் கேட்ட கேள்விக்கு நீங்கள் இன்னும் பதில்

சொல்லவில்லை மிஸ்டர் ரவி. மன்னிக்கவும், டாக்டர் ரவி என்று சொல்ல வேண்டுமா?'

'ரவி என்று சொல்லுங்கள் போதும். மனிதன் குளறுபடி செய்கிறான் என்று எப்படிச் சொல்ல முடியும்?'

'ஐம்பது வருஷங்களுக்கு முன்னால், தில்லி எவ்வளவு பச்சை யாக இருந்தது என்று உங்களுக்குத் தெரியுமா? இப்பொழுது, ஒரு கான்கிரீட் ராட்சஸனாக மாறி வருகிறது. நம் நாட்டில் மட்டுமல்ல, உலகமெங்கும் நடைபெறுகிறது. சொல்லப் போனால், இதுதான் வளர்ச்சி என்று மயங்கி நாம், மேல்நாடு களைப் பார்த்துக் காப்பி அடித்து வருகிறோம். கீழே விழுந்த பழத்தைக் கண்டு 'ஏன் விழுந்தது?' என்று ஆராய்ச்சி நடத்தாமல், நியூட்டன் சாப்பிட்டிருந்தானானால், ஐன்ஸ்டீன் தோன்றியிருக்க மாட்டான். ஐன்ஸ்டீன் நல்லவன்தான். ஆனால், அவனுடைய சிறிய சூத்திரம், ஹிரோஷிமாவிலும், நாகஸாகியிலும் ஏற்படுத் திய நாசங்களை எண்ணும்பொழுது...' டேவிட் கண்களை மூடிக் கொண்டார்.

'இந்தக் கொடுமை நிகழ்ந்தபோது, டேவிட் ஜப்பானில் இருந்திருக்கிறார்' என்றான் தீபக்.

'கத்தியினால் காய்கறி நறுக்கலாம். கழுத்தையும் சீவலாம். அதற்காகக் கத்தியே கூடாது என்று சொல்ல முடியுமா?' என்றான் ரவி.

அவர்களிருவருக்கும் விஸ்கி வந்தது. டேவிட் கண்களைத் திறந்து, தம் தம்ளரை உயர்த்திப் பிடித்து, 'ஃபர் தி ஸர்வைவல் ஆஃப் ஹியுமானிட்டி' என்று சொல்லிக்கொண்டே குடித்தார்.

'மனித சமுதாயம் அழிந்துவிட்டால் அது கடவுளின் தோல்வி' என்றான் ரவி.

'கிரேக்க துன்பவியல் நாடகங்கள் படித்திருக்கிறீர்களா? நன்மையோ தீமையோ, தேர்ந்தெடுக்கும் உரிமையைக் கதா நாயகனுக்குத் தெய்வங்கள் கொடுத்திருக்கும். அதே சமயத்தில் அவன் எப்பொழுது தீமையைத் தேர்ந்தெடுப்பான், அவனை அழித்துவிடலாம் என்று அவை காத்துக் கொண்டிருக்கும். இயற்கையும் அப்படித்தான் நம்மை வேடிக்கை பார்த்துக் கொண்டிருக்கிறது' என்றார் டேவிட்

'கதாநாயகர்களுடைய வீழ்ச்சியை அடிப்படையாகக் கொண்டவைதான் மேல்நாட்டு துன்பவியல் நாடகங்கள் அல்லது காவியங்கள். அதனால்தான் அவர்கள் தவறுகள் செய்ய வேண்டுமென்பது ஒரு தவிர்க்க முடியாத தன்மையாக ஆகிவிடுகிறது. நம் நாட்டுக் காவியங்களிலோ அல்லது நாடகங் களிலோ கதாநாயகர்கள் வீழ்ச்சி அடைவதில்லை. வீழ்ச்சி அடையக் கூடாதென்பதுதான், நம் சமுதாயத்தின் மேல் வரிச் சட்டம். இது மனிதன் மீது நமக்குள்ள நம்பிக்கையைக் காட்டு கிறது' என்றான் ரவி.

டேவிட் அவனைச் சிறிது நேரம் உற்றுப் பார்த்துவிட்டு பிறகு புன்னகை செய்தார். இது ஏளனப் புன்னகையா அல்லது ஆமோதிக்கும் புன்னகையா என்று அவனுக்குப் புரியவில்லை.

டேவிட் தம்ளரைக் காலி செய்துவிட்டு, பின்னால் திரும்பி இன்னொரு பெக் கொண்டு வரும்படிச் சைகை செய்தார்.

'நம்முடைய இன்றைய கதாநாயகர்கள், அரசியல் தலைவர்கள் தாம். மக்கள் முட்டாள்களாக இருக்கும்வரை, அவர்களுக்கு வீழ்ச்சியே ஏற்படாது' என்றார் டேவிட்.

'அரசியல் தலைவர்களைப்பற்றி உங்கள் கோபம் எனக்குப் புரிகிறது' என்றான் தீபக்.

'சி.பி.ஐ.யிடம் இருக்கிறதோ, அல்லது தங்களது தற்காப்புக்காக அழித்துவிட்டார்களோ எனக்குத் தெரியாது. ஆனால் இந்தக் காலத்துச் சமூகத் தெய்வங்கள் ஒவ்வொருவரைப் பற்றியும் என்னிடம் மனத்தளவில் ஒரு டோஸியர் இருக்கிறது. அதை வெளியிட்டு, ஆதாயங்கள் தேடமாட்டேன் என்றும் அவர் களுக்குத் தெரியும்.'

'ஆதாயம் தேட வேண்டாம். ஆனால் சமூகப் பொறுப்பு என்றளவில்...' என்று தீபக் கூறி முடிப்பதற்குள் அவர் இடை மறித்தார்.

'சமூகப் பொறுப்பு!' - 'இன்னொரு வார்த்தை. ஜனநாயகம். கேட்டுக் கேட்டுப் புளித்துப்போன வார்த்தைகள். இந்த வார்த்தைகளின் நாதத்தில் மயங்கி, நானே என்னை ஏமாற்றிக் கொள்ளும் பருவத்தை நான் தாண்டிவிட்டேன். இதில் இரண்டு நிலைகள் உண்டு. முதலில் தன்னைத்தானே ஏமாற்றிக்

கொள்வது. தன்னைத்தானே ஏமாற்றிக் கொண்டிருக்கிறோ மென்ற உணர்வு வந்தபின், இந்த வார்த்தைகளைக் கொண்டே பிறரை ஏமாற்ற ஆரம்பிப்பது இரண்டாவது நிலை. இந்தக் காலத்து அரசியல்வாதிகள், புத்திசாலிகள். தொடங்கும்போதே இரண்டாவது நிலையில்தான் தொடங்குகிறார்கள்.'

★

இதற்குப் பிறகு பலமுறை டேவிட்டை ரவி சந்தித்திருக்கிறான். ஒவ்வொரு முறையும் விவாதம் வேறு எங்கோ ஆரம்பித்து, இறுதியில் அரசியல்வாதிகளைப் பற்றிய அவருடைய அபிப்பிராயங்களோடு முடிவடையும்.

அவருடைய அறிவின் எல்லை வியக்கத்தக்கது. விஞ்ஞானம், கலை, பொருளாதாரம் ஆகிய எல்லாவற்றைப் பற்றியும் உறுதியான கொள்கைகளை உடையவர்.

சம்பவங்கள் நிறைந்த அவர் வாழ்க்கையைப்பற்றி அவர் ஏன் எழுதக்கூடாதென்று அவன் ஒரு சமயம் வினவியபோது, அவர் புன்னகை செய்தவாறு சொன்னார்: 'மரணம் எனக்கு நோட்டீஸ் அனுப்பிவிட்டதென்று. நான் எப்பொழுது உணருகின்றேனோ, அப்பொழுது உனக்குச் சொல்லுகிறேன். நீ எழுது.'

'மரணம் நோட்டீஸ் அனுப்புவதில்லை. திடீரென்று ஏற்பட்டு விடும். உங்களுக்கு முன்னால் நானே போய்விடுவதற்கும் வாய்ப்புண்டு.'

இதைச் சொன்னபோதுதான், அவனுக்கு ஆச்சரியம் காத் திருந்தது. அவர் புன்முறுவலுடன் சொன்னார்:

'நெருநல் உளன் இன்றில்லை எனும்

பெருமையுடைத்து இவ் வுலகு.'

'மை காட்! உங்களுக்குத் தமிழும் தெரியுமா?'

'நான் தமிழன்தான், தம்பி. தஞ்சாவூர். இது ரொம்பப் பேருக்குத் தெரியாத விஷயம். அறுபது வருஷத்துக்கு முன்னாலே தஞ்சாவூரை விட்டு வந்தவன்தான். அப்புறம் போகவேயில்லே. தமிழ் என் தாய் பாஷையாக இருந்தாலும் தமிழிலக்கியத்தோடு எனக்குப் பரிச்சயம் ஏற்பட்டது ரொம்ப லேட்டாகத்தான். ஆனந்த குமாரஸ்வாமி எழுதின புஸ்தகத்தைப் படிச்சபோது, அவர்

எவ்வளவு லாகவமாகத் திருமூலர், இன்னும் சைவசமயப் புலவர்கள் பல பேருடைய பாட்டுக்களையெல்லாம் கையாள் றானு பார்த்தப்புறம் எனக்கு வெட்கமா இருந்தது. உடனே தமிழ் இலக்கிய நூல்களைப் படிக்க ஆரம்பிச்சேன். இப்போ இருக்கிற தமிழன் இப்பேர்ப்பட்ட ஒரு பாரம்பரியத்துக்கு அருகதையுடைய வனே இல்லே. திஸ் ஈஸ் மை ரெக்ரட்' என்று சொல்லிவிட்டுச் சற்று நேரம் அமைதியாக இருந்தவர், பிறகு புன்முறுவலுடன் சொன்னார்:

'எஸ். யாருக்குமே தெரியாத, யார் கிட்டேயும் நான் சொல்லாத விஷயம் உனக்கு இப்போ தெரிஞ்சுப் போச்சு. என் வாழ்க்கை யின் முதல் அத்தியாயம். இது முதல் ஆச்சரியம். இன்னும் இது மாதிரி பல ஆச்சரியங்களும் அதிர்ச்சிகளும் என் வாழ்க்கையைப் பற்றி எழுத ஆரம்பிச்சா, உனக்குத் தெரியவரலாம். தெய்வங் கள்ளு வழிபடற பல பேர், வெறும் களிமண் பொம்மைகள் தாங்கிற அதிர்ச்சி. நான் உயிரோட இருக்கிறப்போ இது பிரசுரமானா, சென்ஸேஷனல் வால்யுவுக்காக எழுதியிருக்கோம் பாங்க. செத்துப் போனப்புறம் பிரசுரமானா, இதனாலே எனக்கு எந்த லாபமுமில்லேங்கிறதைப் புரிஞ்சுப்பாங்க. ஸோ... வெய்ட் ஃபார் சம் டைம்.'

அந்த ஸம் டைம் வருவதற்குள் அவர் போய்விட்டார். மரணம் அவருக்கு நோட்டிஸ் கொடுக்கவேயில்லை. திடீரென்று வந்து கதவைத் தட்டி அவரை அழைத்துக்கொண்டு போய்விட்டது.

தீ விபத்தைப்பற்றி விரிவாக எழுதியிருக்கின்றார்களே, சுதந்தரப் போராட்ட வீரர் என்று அவரைச் சுருக்கமாகக் குறிப்பிட்டு, அவரைப்பற்றி விவரமாக, ஒன்றும் எழுதாமலிருப்பதா பத்திரிகை தர்மம்?

தீபக்கைக் கேட்கவேண்டும்.

இன்று பல்கலைக்கழகத்துக்குப் போவதைவிட, தீபக்கைக் கண்டு பேசுவதுதான் முக்கியம் என்று அவனுக்குப்பட்டது. இன்னொரு முக்கியமான விஷயம்.

டேவிட் மிகவும் ஜாக்கிரதையான மனிதர். கவனக் குறைவினால், சுருட்டை அணைக்காமல் விட்டெறிந்து இருக்கக்கூடுமென் பதை அவனால் நம்ப முடியவில்லை.

தம்முடைய அறையைத் துப்புரவாக வைத்திருப்பவர். தூய்மை என்பது அகம், புறம் ஆகிய இரண்டையும் பொறுத்த விஷயம் என்று அடிக்கடிச் சொல்பவர், சுருட்டை அணைக்கவில்லை என்றால் அதற்கு என்ன காரணம்?

தம் நினைவை இழக்குமளவுக்கு அவர் குடிப்பதும் கிடையாது.

தம் அறையில் குடிக்கும் வழக்கமும் அவருக்கில்லை.

'நான் கிழவன்... குடித்து எனக்கு ஏதாவது ஆகிவிட்டால், நண்பர்களுக்கு எப்படித் தெரியும்?' என்று அவர் சிரித்துக் கொண்டே ஒரு சமயம் சொன்னது அவன் நினைவுக்கு வந்தது.

அப்படியானால் தீ விபத்து எப்படி ஏற்பட்டது?

விபத்தா?

தீபக்கைப் பார்த்துப் பேசுவதென்று ரவி தீர்மானித்தான்.

குல்மோஹர் பார்க்கிலிருந்தது தீபக்கின் வீடு. தீபக் உத்தரப்பிரதேசத்தைச் சேர்ந்தவன். அவன் மனைவிக்குச் சொந்த ஊர் சண்டிகார். காதல் கல்யாணம். அவன் மனைவி அஞ்சலியின் தந்தை பணக்காரர். அவருக்கு இந்தத் திருமணத்தில் இஷ்ட மில்லை. ஒரே பெண். அவள் மிகவும் பிடிவாதமாக இருந்ததால், கடைசியில் இசைந்தார்.

அவர் ஒரு பெரிய தொழில் நிறுவனத்தின் தலைவர். தீபக் தமக்கு உதவியாக அந்நிறு வனத்தின் பொறுப்பை ஏற்க வேண்டு மென்று அவர் விரும்பினார். அவன் மறுத்துவிட்டான்.

கல்யாணச் சீதனமாக இந்தப் பெரிய வீட்டை விலைக்கு வாங்கி அவர் தம் பெண்ணுக்குக் கொடுத்துவிட்டார்.

ரவி அவர்கள் வீட்டுக்குப் போகும் போதெல்லாம் மிகவும் பிரியமாக தன்

கணவனைப்பற்றிக் குறை கூறுவதுதான் அஞ்சலியின் பொழுதுபோக்கு.

'ஆறு மணிக்குள் வந்துவிடுகிறேன். தயாராயிரு, சினிமாவுக்குப் போகலாம் என்று சொல்லிவிட்டுப் போனவர், தீபக் நேற்றிரவு வரும்போது மணி என்ன தெரியுமா, பதினொன்று. ஒன்பது மணிக்கு ஓபராயிலிருந்து போன் செய்கிறார், திடீரென்று அவருக்கு அங்கு முக்கியமான வேலையிருந்ததாம். சாப்பிட வரவில்லையென்று...'

'நான்தான் கல்யாணத்துக்கு முன்பே உன்னிடம் சொன்னேனே, நான் ஒரு பத்திரிகைக்காரன். ஒரு தடவைக்குப் பல தடவை யோசித்து முடிவு செய் என்று. இப்பொழுது குறை சொல்லி என்ன பலன்?'

'இவர் பத்திரிகையில் இவரைத்தவிர வேறு நிருபரே கிடையாதா, ரவி!'

'ஒரு முக்கியமான பெரும்புள்ளியைப் பேட்டி காணவேண்டு மென்றால், ஆசிரியருக்குக் கெட்டிக்கார நிருபன் தானே நினைவுக்கு வருவது வழக்கம்? தீபக் வேலை செய்யும் பத்திரிகை யில், அவனைத் தவிர, வேறு யார் கெட்டிக்காரனாக இருக்க முடியும்?'

'தீபக்தான் கெட்டிக்காரர் என்றால் அந்தப் பத்திரிகையின் தரம் எனக்குப் புரிகிறது.'

...இந்த மாதிரிப் பல ஊடல்கள். ஒருவர் பால் ஒருவர் அளவற்ற அன்புடைய தம்பதிகள், பிரியத்துடன் சண்டை போடும்போது, அதற்குச் சாட்சியாக இருப்பதுதான் உண்மையான ரசானுபவம்.

ரவி சென்று வாசல் மணியை அழுத்தினான்.

அஞ்சலி கதவைத் திறந்தாள்.

'உங்களுக்குத் தெரியாதா, ரவி? டேவிட் அந்த நல்ல மனிதருக்கு இப்படியா ஒரு சாவு ஏற்பட வேண்டும்! தீபக் செயத்தித்தாளில் இதைப் படித்ததும், உடனே புறப்பட்டுப் போய்விட்டார்.'

'பத்திரிகை நிருபன், அவனும் பேப்பரில்தான் இதைப் பற்றிப் படித்தானா?'

'நேற்று அவருக்கு ஆஃப். சினிமாவுக்குச் சென்று ஓட்டலில் சாப்பிட்டுவிட்டு நேரம் கழித்துதான் வீட்டுக்குத் திரும்பி வந்தோம். தீபக் இதை இன்று காலையில் படித்ததும் மிகவும் அதிர்ச்சி அடைந்துவிட்டார். உடனே குளித்துவிட்டு, ப்ரேக் ஃபாஸ்ட் கூட சாப்பிடாமல் கிளம்பிவிட்டார்.'

'எங்கே போயிருக்கிறான்?'

'என்னிடம் ஒன்றும் சொல்லவில்லை. சொல்லும் வழக்கமும் கிடையாது.'

எங்கே போயிருப்பான்? கான் மார்க்கெட்டுக்கா? அங்கு போய் யாரிடம் துக்கம் விசாரிப்பது? டேவிட்டுக்கு உறவினர்கள் என்று யாருமில்லை. நண்பர்கள் நாம் ஒருவரையொருவர் துக்கம் விசாரித்துக்கொள்ளவேண்டும்.

'சரி, நான் வருகிறேன்.'

'டீ குடிக்கிறீர்களா? யுனிவர்ஸிடிக்கா போகிறீர்கள்?'

'இல்லை. தீபக்கைப் பார்க்க வேண்டும். ஒரு வேளை அவன் கான் மார்க்கெட்டுக்குப் போயிருந்தால்?'

'அவர் போய் ஒரு மணி நேரமாகிறது. ஆபீஸுக்குத்தான் போயிருப்பாரென்று நினைக்கிறேன். போன் செய்து பாருங்கள். நான் டீ தயாரித்துக்கொண்டு வருகிறேன்.'

அவன் போனருகே சென்றான்.

தீபக்கின் ஆபீஸுக்கு போன் செய்தான்.

நல்லவேளை, ஆபீஸிலிருந்தான்.

'ரவி. வாட் எ ட்ராஜெடி! நான் கான் மார்க்கெட்டுக்குப் போயிருந்தேன். அறையில் எல்லாம் சுத்தமாகச் சாம்பலாகி விட்டன. நான் போவதற்குள் போலீஸ் பாடியை ஆஸ்பத்திரிக்கு எடுத்துச் சென்றுவிட்டார்கள். போஸ்ட்மார்டத்துக்காக. அப் புறம் உன் வீட்டுக்குப் போனேன். பூட்டியிருந்தது. இப்பொழுது தான் ஆபீஸுக்கு வந்தேன். நீ யுனிவர்ஸிடிக்குப் போக வேண்டுமா? போகாவிட்டால் உடனே இங்கு வா. உன்னிடம் பேசவேண்டும்.'

'ஓகே.'

அஞ்சலி தேநீர் கொண்டு வந்தாள். அதை வாங்கிப் பருகிக் கொண்டே ரவி சொன்னான்.

'தீபக் ஆபீஸில்தான் இருக்கிறான். நான் அங்கே போய்க் கொண்டிருக்கிறேன்.'

'டேவிட் இங்கு இரண்டு மூன்று தடவைகள் வந்திருக்கிறார், எ ரியல் நோபில் ஸோல்' என்றாள் அஞ்சலி.

'தேங்க் யு ஃபார் திஸ் எக்ஸெலென்ட் டீ. நான் இன்று காலை தயாரித்துக் குடித்த மோசமான காபிக்குச் சரியான மாற்று. நான் வருகிறேன்.'

'இன்று மாலை தீபக்குடன் வாருங்கள். நல்ல காபி போட்டுத் தருகிறேன்.'

'தீபக்கைச் சீக்கிரம் வீட்டுக்கு அழைத்து வருவதற்கு லஞ்சமா!' என்று அவன் சிரித்துக்கொண்டே கேட்டான்.

அஞ்சலி புன்னகை செய்தாள்.

தீபக், அவன் சென்றபோது ஏதோ டைப் அடித்துக் கொண்டிருந்தான்.

'உட்கார். இந்தக் குப்பையை முடித்துவிட்டு வருகிறேன்.'

'குப்பையா?'

'ஆமாம். அரசாங்கத்தின் ஏற்றுமதிக் கொள்கை. முந்தாநாளே செய்திருக்க வேண்டும்.'

தீபக் டைப் அடித்த வேகம் ரவியை ஆச்சரியத்திலாழ்த்தியது.

அவ்வளவு வேகமாச் சிந்திக்க முடியுமாவென்று அவனுக்குத் தோன்றியது.

'என்ன பார்க்கிறாய்? இவ்வளவு வேகமாக டைப் அடிக்கிறேனே என்றா?' என்றான் தீபக்.

'எஸ். இவ்வளவு வேகமாகச் சிந்திக்க முடியுமா என்று யோசித்தேன்.'

'அரசாங்கக் கொள்கைகளைச் சிந்தித்து விமரிசனம் செய்ய வேண்டிய அவசியமில்லை. அரசாங்கமே சிந்தித்து கொள்கை களை அறிவிப்பதில்லை.'

'அரசாங்கம் என்ன, எல்லாத் துறைகளிலுமே இப்பொழுது சிந்தனை என்பது ஓர் ஆடம்பரமாகக் கருதப்படுகிறது' என்று சொல்லிக் கொண்டே தீபக் அருகிலிருந்த பத்திரிகைகளில் ஒன்றை எடுத்துப் புரட்டினான் ரவி.

அந்தச் செய்தித்தாளிலும் தீவிபத்தைப் பற்றித்தான் விரிவாக எழுதியிருந்தார்கள். மற்றைய பத்திரிகைகளிலும் எடுத்துப் பார்த்தான்.

ஒன்றிலாவது டேவிட்டைப்பற்றி விவரமான குறிப்புகள் இல்லை. தீ விபத்தைச் சித்திரித்து எழுதுவதற்கு டேவிட் ஒரு கருவியாக இருந்தார் என்றளவில்தான் அவருடைய முக்கியத் துவம்.

'முடித்துவிட்டேன். இன்றைய ஊதியம் சம்பாதித்தாகிவிட்டது' என்று கூறிக்கொண்டே, டைப் செய்த காகிதங்களை ஒன்றாக அடுக்கினான் தீபக்.

'கான் மார்க்கெட்டுக்குப் போயிருந்தாயா?'

தீபக் பதில் கூறாமல், டைப் செய்த காகிதங்களில் அங்குமிங்கும் அடித்தும் திருத்தியும் எழுதிக்கொண்டிருந்தான். தான் கேட்டது அவன் காதில் விழாமலிருக்காது. தன்னை அவசரமாக வரச் சொல்லிவிட்டு, ஏன் தீபக் மௌனமாக இருக்கின்றானென்று ரவிக்குப் புரியவில்லை.

'ஹல்லோ ரவி. ஹெள ஆர் யு?'

ரவி திரும்பிப் பார்த்தான். அந்தப் பத்திரிகை நிறுவனத்தில் பணி புரியும் நிருபர்களில் ஒருவன். பெயர் மறந்துவிட்டது.

'ஃபைன்.'

'என்ன நடந்து கொண்டிருக்கிறது?'

பத்திரிகை நிருபர்கள் ஒருவரை ஒருவர் வழக்கமாக விசாரித்துக் கொள்ளும் குசலம். இது ஒரு மரபாகிவிட்ட காரணத்தால்,

யாரைப் பார்த்தாலும் இதே கேள்வி, இதற்குப் பதில் சொல்ல வேண்டுமென்ற அவசியமில்லை.

'டேவிட் போய்விட்டார், படித்தீர்களா?'

'படித்தேன்.'

'மை காட்... எண்பது வயது வரையில் தினந்தோறும் மூன்று பெக் ரம். அவர் வயதுவரை நான் இருப்பேனா என்றுகூட எனக்குச் சந்தேகம்.'

இதுதான் அவன் அவருக்குச் செய்யும் அஞ்சலி.

'நீ இருக்கப் போவதில்லையென்றால் யாருக்கும் ஒரு நஷ்டமுமில்லை' என்றான் தீபக்.

அவன் டைப் செய்த காகிதங்களை அடுக்கி ட்ரேயில் போட்டான்.

'யு ஆர் ஆல்வேஸ் எ ஸினிக்' என்றான் அவன் தீபக்கிடம், சற்று வேதனை கலந்த குரலில்.

'டேவிட் மூன்று பெக் ரம் குடித்தார் என்பதுதான் அவருடைய சாதனையா? அவரைப் பற்றி உனக்கென்ன தெரியும்?'

'எனக்கு அவரைப்பற்றி ஒன்றும் தெரியாது, ஒப்புக் கொள்கிறேன். பட்...'

'தென் ஷட் அப்.'

தீபக்கின் கோபத்தை அவனால் புரிந்துகொள்ள முடியவில்லை. ரவியை, 'தீபக்குக்கு என்ன ஆகிவிட்டது?' என்று அறிய முற்படுவதுபோல், ஒரு பார்வை பார்த்துவிட்டு அவன் போய்விட்டான்.

'அவன் மீது நீ கோபப்படுவதில் அர்த்தமில்லை' என்றான் ரவி தீபக்கிடம்.

'அவன் ஒரு மொரான். பத்திரிகை அலுவலகங்களில் இப்பொழுது இந்த இனம்தான் அதிகரித்துக் கொண்டு வருகிறது. நான் ராஜிநாமா செய்யலாமா என்று பார்க்கிறேன்.'

'மாமனார் நிறுவனத்தில் சேர்ந்துவிடலாமா என்று யோசிக்கிறாயா?'

'கிண்டல் செய்கிறாயா?'

'கிண்டல் செய்யவில்லை. நிஜமாகவே கேட்கிறேன்.' தீபக் பதில் கூறாமல் சிறிதுநேரம் பேசாமல் உட்கார்ந்திருந்தான். சிறிதுநேரம் கழித்துக் கேட்டான்: 'நீ டேவிட்டின் மரணத்தைப் பற்றி என்ன நினைக்கிறாய்?'

'அந்தச் செய்தியைப் படித்தபோது, என் மனத்தை ஏதோ நெருடியது. என்னவென்று புரியவில்லை.'

'நான் கான் மார்க்கெட்டுக்குப் போயிருந்தேன். சரியாக விசாரித்து முடிவுக்கு வருவதற்கு முன்னால், இது விபத்துதான் என்று போலீஸார் எதற்காக அபிப்பிராயம் தெரிவிக்க வேண்டுமென்று எனக்குப் புரியவில்லை. டேவிட்டின் உடைமைகள் எல்லாமே எரிந்து கருகிவிட்டன என்கிறார்கள்.'

'டேவிட்டை உனக்கு நன்றாகத் தெரியும். சுருட்டை அணைக்காமலேயே அவர் தூக்கி எறிந்திருக்கக் கூடுமென்று நீ நினைக்கிறாயா?'

'இதுவும் என் மனத்திலெழுந்த கேள்விகளுள் ஒன்று. டேவிட்டை அறிந்த நமக்கு, அவர் தற்கொலை செய்து கொண் டிருக்கமாட்டாரென்று நிச்சயமாகத் தெரியும். அப்படியானால். பட் வொய்?'

இருவரும் ஒருவரையொருவர் பார்த்துக்கொண்டு சிறிது நேரம் மௌனமாக உட்கார்ந்திருந்தார்கள்.

'உன்னுடன் பேச வேண்டுமென்று நான் சொன்னதற்கு இதுதான் காரணம். உன் மனத்திலும் சந்தேகங்கள் எழுந்தனவா என்று அறிவதற்காகத்தான்.'

'நானும் யுனிவர்ஸிட்டிக்குப் போகாமல் உன்னைப் பார்க்க வந்ததற்கும் இதுதான் காரணம். வேறு இடத்துக்குப் போய்ப் பேசுவோமா?' என்றான் ரவி.

'என் வீட்டுக்கே போவோம். இரு, டெலிபோன் செய்துவிட்டு வருகிறேன்.'

சிறிது நேரம் கழித்து, தீபக்கின் காரில் அவர்கள் இருவரும் குல்மோஹர் பார்க் போய்ச் சேர்ந்தார்கள்.

அஞ்சலி ஆச்சரியத்துடன் இருவரையும் பார்த்தாள்.

'சாயந்திரத்துக்கு முன்பே அழைத்துக்கொண்டு வந்துவிட்டேன். மேடம், ஒரு நல்ல காபி வேண்டும்' என்றான் ரவி புன்னகை யுடன்.

'காபி வேண்டாம். பீர் குடிப்போம்' என்றான் தீபக்.

'ஏன் சீக்கிரம் வந்துவிட்டீர்கள்? மறுபடியும் போக வேண்டுமா?' என்றாள் அஞ்சலி.

தீபக் பதில் கூறாமல் கண்ணாடித் தம்ளர்களை எடுத்து மேஜை யின் மீது வைத்தான். ஃபிரிட்ஜைத் திறந்து பீர் பாட்டிலைக் கொண்டு வந்தான்.

'டேவிட்டின் மரணம் சில சந்தேகங்களை எழுப்பியுள்ளன. அது பற்றிப் பேசலாமென்றிருக்கிறோம்' என்றான் ரவி அஞ்சலியிடம்.

'நீ என்ன குடிக்கிறாய்? லிம்கா? லெம்னெட்?' என்று அஞ்சலியைக் கேட்டான் தீபக்.

'எனக்கொன்றும் வேண்டாம்.'

ஒரே மடக்கில் தம்ளரிலிருந்ததைக் குடித்துத் தீர்த்தான் தீபக்.

ரவி அவனை ஆச்சரியத்துடன் பார்த்தான்.

தீபக் இன்னொரு பாட்டிலை எடுத்துக்கொண்டு வந்து தன் தம்ளரை நிரப்பிக் கொண்டான்.

'டேவிட் தம்முடைய சுயசரிதையை எழுதத் தொடங்கியிருந்தார், தெரியுமா உனக்கு?' என்று கேட்டான் தீபக்.

'அப்படியா! எப்பொழுது எழுதத் தொடங்கினார்?'

'எப்பொழுதென்று தெரியாது, போன வாரம் கேள்விப் பட்டேன்.'

ரவி சிந்தனையிலாழ்ந்தவாறு, தம்ளரிலிருந்து சிறிது பருகினான். அவர் தன்னிடம் கூறப்போவதாகச் சொல்லிவிட்டு, முடிவை ஏன் மாற்றிக்கொண்டுவிட்டார்? இதைப்பற்றி அவனிடம் அவர் ஏன் சொல்லவில்லை? அவன் அவரைப் பார்த்து இரண்டு

மாதங்களாகின்றன. பார்த்திருந்தால் ஒருவேளை சொல்லி யிருக்கக்கூடும்.

'என்ன யோசிக்கிறாய்?' என்றான் தீபக்.

'நான் முன்னொரு சமயம் அவரிடம் இதைப் பற்றிக் கேட்டேன். 'மரணம் எனக்கு நோட்டீஸ் அனுப்பி விட்டதென்று நான் எப்பொழுது உணருகின்றேனோ, அப்பொழுது உனக்குச் சொல்லுகிறேன், நீ எழுது' என்று என்னிடம் சொன்னார் - அப்படியானால், மரணம் அவருக்கு நோட்டீஸ் அனுப்பிவிட்டது என்பதை அவர் உணர்ந்து விட்டாரென்று அர்த்தமா? என்னைச் சந்திக்க முடியவில்லை என்ற காரணத்தால் அவரே எழுத ஆரம்பித்தாரா? ஒன்றும் புரியவில்லை.'

'போனவாரம் அவரை நான் சந்தித்தபோது, மரணம் அவருக்கு நோட்டீஸ் அனுப்பியதாக அல்லது அனுப்பிவிட்டதென்று அவர் உணர்ந்ததாகத் தெரியவில்லை. எப்பொழுதும் போல்தான் தன்னம்பிக்கையுடன் இருந்தார். மூன்று பெக் ரம் ஃபுல் சிக்கன்' என்றான் தீபக்.

'மூன்று பெக் ரம் குடிப்பதுதான் தன்னம்பிக்கைக்கு அடை யாளமா?' என்று சிரித்துக் கொண்டே கேட்டாள் அஞ்சலி.

'தினம் மூன்று பெக் குடிப்பவர், அன்றும் எப்பொழுதும்போல் மூன்று பெக்தான் குடித்தாரென்பதற்காகச் சொன்னேன். மரணத்தைக் கண்டு பயம் ஏற்பட்டிருந்தால் ஒன்று, அதிகமாகக் குடித்திருக்கலாம். இல்லாவிட்டால், குடிக்காமலேயே இருந் திருக்கலாம்' என்று கூறிக்கொண்டே இரண்டாவது தம்ளரையும் காலி செய்தான் தீபக்.

'இப்பொழுது உங்களுடைய தன்னம்பிக்கை உங்களை விட்டுப் போய்விட்டதென்று அர்த்தமா?' என்று அஞ்சலி கேட்டாள்.

'லுக் - நாங்கள் சீரியஸ்ஸாகப் பேசிக்கொண்டிருக்கும்போது விளையாடாதே! டேவிட்டைத் திட்டமிட்டுக் கொலை செய்திருக்கிறார்கள் என்று நான் நினைக்கிறேன்.'

'கொலையா? வாட் நான்ஸென்ஸ்! டேவிட் ஒரு நல்ல மனிதர். அவரைப் போய் யார் கொலை செய்திருப்பார்கள்?' என்றாள் அஞ்சலி.

'நல்லவரைத்தான் கொலை செய்வார்கள். இதுதான் வரலாற்று ரீதியாக நடந்து வருவது. இல்லாவிட்டால், சரித்திரம் எப்படி சுவாரஸ்யமாக இருக்கும்?' என்றான் ரவி.

அஞ்சலி ஃபிரிட்ஜைத் திறந்து ஒரு லிம்காவை எடுத்துக்கொண்டு வந்தாள்.

'உனக்கு ஒன்றும் வேண்டாமென்றாயே!' என்று கேட்டான் தீபக்.

அவள் பதில் கூறாமல், பாட்டிலைத் திறந்து ஒரு தம்ளரில் நிரப்பிக் கொண்டாள்.

'டேவிட்டைக் கொல்வதனால், சரித்திரத்தைத் தவிர யாருக்கு லாபம்?' என்று கேட்டாள் அஞ்சலி.

'சரித்திரத்துக்கு லாபம் என்று நான் சொல்லவில்லை. நல்லவர் கள் பலியாவதனால், இச்சூழ்நிலையை ஆராய்வது, சரித் திரத்தைச் சுவாரஸ்யமாக்குகின்றது என்றுதான் நான் சொன் னேன்' என்றான் ரவி.

காலியாகிவிட்ட ரவியின் தம்ளரை நிரப்பினான் தீபக்.

'டேவிட் ஒரு சமயம் கூறியது உனக்கு நினைவு இருக்கிறதா, ரவி? இக்காலச் சமூகத்தெய்வங்கள் பற்றி அவரிடம் மனத் தளவில் டோஸியர் இருக்கிறதென்றும், அது அவர்களுக்கும் தெரியுமென்றாரே. இதனால் அவர் சுயசரிதை எழுதத் தொடங்கியிருந்தார் என்ற தகவல், எத்தனை பேருடைய தூக்கத்தைக் கெடுத்திருக்குமென்று யோசித்துப் பார். தீ விபத்து ஏற்பட்டதனால் அவர் அறையிலிருந்த எல்லாப் பொருள்களுமே எரிந்து சாம்பலாகி விட்டன. எவ்வளவு சௌகரியமான தீ விபத்து!' என்றான் தீபக்.

'போலீஸார் மிகவும் சுறுசுறுப்பாகச் செயல்பட்டிருக்கின்றார்கள் என்று நினைக்கும்போது, சந்தேகம் வலுவடைகின்றது' என்றான் ரவி.

தீபக் எழுந்து டெலிபோன் அருகே சென்றான்.

'யாருக்கு போன் செய்கிறீர்கள்?' என்று கேட்டாள் அஞ்சலி.

அவன் அவளுக்குப் பதில் கூறாமல், போனில் பேசினான்.

'என் பெயர் தீபக். டேவிட்டுடைய நண்பன். போஸ்ட்மார்ட்டம் முடிந்துவிட்டதா? எத்தனை மணிக்கு அடக்கம் செய்யப் போகிறீர்கள்? எங்கே? ஓகே தேங்க் யு.'

தீபக் ஒரு சிகரெட்டைப் பற்ற வைத்துக்கொண்டு உட்கார்ந்தான்.

'யாருக்கு போன் செய்தீர்கள்?' என்று கேட்டாள் அஞ்சலி.

'போலீஸ். யார்க் சிமெட்ரியில் அடக்கம் செய்யப் போகிறார் களாம். அரசாங்க ஏற்பாடு. நாலு மணிக்கு...' என்றான் தீபக்.

'யார்க் சிமெட்ரி எங்கே இருக்கிறது?' என்று கேட்டாள் அஞ்சலி.

'ஷாஜஹான் ரோட், மான்சிங் ரோட், அருகே ஒரு பெரிய வட்டம் இருக்கிறதே அதன் பக்கத்தில். அங்குதான் பார்ஸி சிமெட்ரியுமிருக்கிறது. ஜூயிஷ் சினகாக்கும் அங்கேதான். மூன்று வெவ்வேறான சமயங்கள் கல்லறையில் சந்திக்கின்றன' என்றான் தீபக்.

ரவிக்கு ஆச்சரியமாக இருந்தது. யார்க் சிமெட்ரி அருகே வரிசையாக கார்கள் நின்றுகொண்டிருந்தன. டேவிட்டை வழியனுப்ப இத்தனை பேரா?

'மை காட் லுக் அட் தட்' என்றான் தீபக் தன் காரை ஓட்டிக்கொண்டே.

'இத்தனைப் பேரும் டேவிட்டின் அடக்கத் துக்காகவா வந்திருக்கிறார்கள்?' என்றாள் அஞ்சலி.

'டேவிட் திரும்பி வரமாட்டாரென்று உறுதி செய்து கொள்வதற்காக இருக்க லாம்' என்றான் ரவி.

'எஸ். யு ஆர் ரைட்' என்றான் தீபக். அவர்கள் சற்று நேரம் கழித்துச் சென்ற காரணத்தால், சடங்கு முடியும் தருவாயி லிருந்தது.

'நிறைய எம்.பி.க்கள்! அதோ நிற்கிறாரே கறுப்பு அச்சன், உலகத்துத் துன்பமெல்லாம் அவர் முகத்தில் தெரிய! அவர் ஒரு ராஜ்ய மந்திரி. பழைய சுதந்தரப் போராட்ட வீரர் மறைவினால் தங்கள் கட்சிக்கு ஏதாவது அரசியல் லாபம் கிடைக்குமா என்று பார்க்கிறார்கள்! எத்தனை மலர் வளையங்கள்!' என்று கீழ்க் குரலில் ரவியிடம் சொன்னான் தீபக்.

'உங்கள் பத்திரிகையில் காலையில் அவரைப் பதினெட்டு வரியில் அடக்கம் செய்தீர்கள். ஆனால், கூட்டத்தைப் பார்த்தால்...' என்று ரவி சொல்லி முடிப்பதற்குள் தீபக் குறுக்கிட்டான்.

'திடீரென்று மேலிடத்திலிருந்து உத்தரவு வந்திருக்கும், நாளைக்குப் பார் பத்திரிகைகள் டேவிட்டுக்காக மூன்று நான்கு காலங்கள் ஒதுக்கியிருக்கும். எல்லா அரசியல் கட்சிக்காரர்களும், டேவிட் அவர்களுடைய கட்சியைச் சேர்ந்தவர்போல உரிமை கொண்டாடப் போகிறார்கள்.'

அப்பொழுது அவர்களை நோக்கி ஒருவர் வந்தார். ஐம்பது வயதிருக்கலாம். கதர்க் குல்லாய் கையிலிருந்தது. வேட்டி, உத்தரப்பிரதேசத்தைச் சேர்ந்தவர்போல் தோன்றியது. தீபக் அருகே வந்து அவன் தோளைத் தொட்டார்.

'மிகப் பெரிய மனிதர். நாட்டுக்குப் பெரிய நஷ்டம்' என்றார் ஹிந்தியில், அஞ்சலியைப் பார்த்துக்கொண்டே.

'என் மனைவி அஞ்சலி, மிஸ்டர் குப்தா ராஜ்ய சபை அங்கத்தினர்' என்றான் தீபக்.

'சட்டசபை இடைத்தேர்தலில் நிற்க வேண்டுமென்று என்னை வற்புறுத்துகிறார்கள்' என்றார் குப்தா, புன்னகையுடன்.

'மந்திரியாகப் போகிறீர்களா?'

'சே. சே. எனக்கு அப்படியொரு விருப்பமுமில்லை. ஆனால் கட்சி மேலிடம் என்ன கட்டளையிடுகின்றதோ, அதன்படி தானே நான் நடந்து கொண்டாக வேண்டும்?'

'உங்களைப் போன்ற திறமைசாலிகள் மந்திரி சபையில் சேர்ந்தால்தானே, மந்திரி சபைக்கே ஓர் அந்தஸ்து ஏற்படு கின்றது?' என்றான் தீபக் அவரைப் பார்க்காமலேயே.

'என்ன இப்படிக் கூறுகிறீர்கள்? இப்பொழுதுள்ள மந்திரி சபையில் திறமைசாலிகள் பலபேர் இருக்கிறார்கள். ஓரிரண்டு பேரைத் தவிர. முதல் மந்திரி, நானும் மந்திரி சபையில் இருந்தால் நல்லது என்று நினைக்கிறார் போலிருக்கிறது. ஒன்று செய்யுங் களேன், நாளைக்கு என் வீட்டுக்கு வாருங்கள் என்னைப்பற்றி ஒரு ப்ரொஃபைல் மாதிரி நீங்கள் உங்கள் பத்திரிகையில் எழுத விரும்பினால், எனக்கு ஆட்சேபனை இல்லை. தகவல்கள் தருகிறேன்.'

'உங்களைப் பற்றி எனக்குத் தெரியாதா? உங்கள் வீட்டுக்கு வந்தா தகவல்கள் சேகரிக்க வேண்டும்? நிச்சயம் நானே எழுதுகிறேன். கவலைப்படாதீர்கள்.'

'தேங்க் யு. நான் ஏர்போர்ட்டுக்குப் போக வேண்டும். முதல் மந்திரி வருகிறார்.'

அவர் போன பிறகு தீபக் முணுமுணுத்தான்.

'பாஸ்டர்ட்.'

'தீபக். ப்ளீஸ்' என்றாள் அஞ்சலி.

'ஹல்லோ தீபக். டூ யு வான்ட்டு டு தி ஸ்டோரி?' என்று கேட்டுக் கொண்டே வந்தான் மேஹ்ரா. அவன் தீபக்குடன் வேலை செய்யும் ஜூனியர் ரிப்போர்ட்டர்!

'நோ, டேவிட் என் நண்பர், அதற்காக வந்தேன். ஆசிரியர் உன்னைத்தானே எழுதச் சொல்லியிருக்கிறார்?'

'எஸ்' என்று தயங்கினான் மேஹ்ரா.

'தென் டு இட்.'

'உங்களுடன் கலந்தாலோசித்து...'

'நோ. நான் ஒன்றும் சொல்லப் போவதில்லை. அதோ பார். பெரிய பெரிய வி.ஐ.பி.க்கள். அவர்களோடு பேசு. நிறையச் சொல்வார்கள்.'

சடங்கு முடிந்துவிட்டபடியால், கூட்டம் கலைய ஆரம்பித்தது. மந்திரி தீபக்கைப் பார்த்துப் புன்னகை செய்தார்.

'ஆர் யு கவரிங் திஸ்?' என்றார் மந்திரி.

'நோ. அதோ அந்தப் பையன், மேஹ்ரா எழுதுகிறான். மேஹ்ரா, கம் ஹியர்.'

மேஹ்ரா பாதி நடையும் பாதி ஓட்டமுமாக வந்தான்.

'மந்திரி டேவிட்டுடைய நெருங்கிய நண்பர். இவர் சொல்வதை எழுதிக்கொள்' என்று சொல்லியவாறு வாசலை நோக்கிச் சென்றான்.

மந்திரி அவன் செய்கையைக் கண்டு சிறிது குழப்பமடைந்தார் என்று அவர் முகத்தினின்றும் தெரிந்தது.

காரைத் திறந்துகொண்டே தீபக் சொன்னான்: 'நான் இதை எதிர்பார்க்கவில்லை. என்ன கூட்டம்! நாட் எ ட்ரம் வாஸ் ஹோர்ட், நாட் எ ஃப்யுனரல் நோட் என்றளவில்தான் இருக்கு மென்று நினைத்தேன். அரசியல் ஆதாயம் தேட ஆரம்பித்து விட்டார்கள் பாஸ்டர்ட்ஸ்.'

'இனி போலீஸார் ஃபைலை மூடின மாதிரிதான். எங்கே விசாரிக்கப் போகிறார்கள்' என்றான் ரவி.

'நம்மைப் பொறுத்தவரையில் ஃபைலை மூடிவிடக் கூடாது. நான் தயார், நீ?'

'ஐ ஆம் வித் யு.'

'ஓகே. நான் லீவ் எடுத்துக்கொள்ளப் போகிறேன். இதை எதேச்சையாக ஏற்பட்டுவிட்ட விபத்து என்று ஏற்றுக்கொள்ள என் மனம் மறுக்கிறது. இதைப்பற்றி இருவரும் சேர்ந்து ஆராய் வோம் என்ன சொல்லுகிறாய்?'

'யுனிவர்ஸிட்டிக்குப் போகாமல் நான் உன்னைப் பார்க்க வந்ததே, இதற்காகத்தான்' என்றான் ரவி.

'என்னையும் சேர்த்துக் கொள்ளுங்கள்' என்றாள் அஞ்சலி.

'உன்னையா!' என்று ஆச்சரியத்துடன் கேட்டான் தீபக்.

'ஏன்? ஒரு நல்ல பணியில் நானும் உங்களுடன் ஒத்துழைக்கக் கூடாதா?'

'உன்னையும் சேர்த்துக்கொள்வது நல்லதுதான். ஏன் பத்து மணிக்கு வருகிறீர்கள். பன்னிரண்டு மணிக்கு வருகிறீர்கள் என்று கேள்விகேட்டுத் தொந்தரவு செய்யமாட்டாய். ஒரு வேலையில் ஈடுபடுவதென்றால் என்ன என்று உனக்கு இப்பொழுதுதான் புரியும்.'

'ஒபராய் ஒட்டலில் ஃப்ரீ ஸ்காட்ச் கிடைக்கிறது என்பதற்காகப் பன்னிரண்டு மணிவரை வெட்டிப் பொழுதைக் கழிப்பதைக் காட்டிலும் இப்பொழுது நீங்கள் எடுத்துக் கொண்டிருக்கும் பணி எவ்வளவோ மேல். இட் ஈஸ் எ கொஸ்டியன் ஆஃப் வால்யூஸ், மை டியர்' என்று சிரித்துக்கொண்டே சொன்னாள் அஞ்சலி.

'வெல் ஸெட்' என்றான் ரவி.

தீபக், சிந்தனையில் ஆழ்ந்தவாறு காரை ஒட்டிக்கொண்டு சென்றான்.

அவர்கள் வீட்டையடைந்ததும் தீபக் சொன்னான்:

'ரவி, நாம் திட்டமிட்டுச் செயல்பட வேண்டும். இது எதேச்சை யாக ஏற்பட்ட விபத்தாக இருக்கலாம். தற்கொலையாக இருக்கலாம். கொலையாக இருக்கலாம். ஒரு திறந்த மனத்துடன் இந்தச் பிரச்னையை அணுக வேண்டும். இது கொலையாக இருந்தால், பல சோதனைகளை நாம் சந்திக்க நேரிடும். எல்லா வற்றுக்கும் தயாராய் இருத்தல் அவசியம். முதல் காரியமாக நீ இங்கு எங்களுடன் இந்தப் பிரச்னையைத் தீர்க்கும் வரை, தங்குவது உசிதமென்று நான் நினைக்கிறேன்.'

'அவசியமிருந்தால் அப்புறம் பார்த்துக் கொள்ளலாம்' என்றான் ரவி.

'அவசியந்தான். அடிக்கடி கலந்தாலோசிக்கும்படியாக இருக் கும். ஒவ்வொரு தடவையும் நான் உன்னைத் தேடிக் கொண்டோ அல்லது நீ என்னைத் தேடிக் கொண்டோ வருவது வெறும் கால விரயந்தான். அஞ்சலியின் சமையல் அவ்வளவு மோசமாக இருக்காது. நீ இங்கேயே தங்கியிருந்தால்தான் நல்லது.'

'இக்கூட்டு முயற்சியில் என் பங்கு வெறும் சமையல்காரியாக மட்டும் இருக்காதென்று நான் நம்புகிறேன்' என்றாள் அஞ்சலி.

'சமையலும் கூட்டு முயற்சியாகத்தான் இருக்கும். எனக்கு நன்றாகச் சமைக்கத் தெரியும்' என்றான் தீபக்.

'இந்த விஷயத்தில் நான் உங்களுக்கு உதவி செய்ய முடியா தென்று வருத்தப்படுகின்றேன்' என்றான் ரவி.

'பரவாயில்லை. இந்த விஷயத்தில் உன்னை எடுபிடி ஆளாகப் பயன்படுத்திக் கொள்கிறோம்' என்று கூறியவாறு, ஒரு சிகரெட்டைப் பற்ற வைத்துக்கொண்டு, பாக்கெட்டை ரவியிடம் நீட்டினான் தீபக்.

அஞ்சலி எழுந்தாள். 'சரி. இந்த அசட்டு ஹாஸ்யத்துக்கு முற்றுப் புள்ளி வைத்துவிட்டு, என்ன செய்யப் போகிறீர்கள் என்பது பற்றிப் பேச ஆரம்பிக்கலாமென்று நினைக்கிறேன். ஒரு நல்ல காபி தருவதாக ரவிக்கு நான் காலையில் வாக்களித்தேன். போட்டுக்கொண்டு வருகிறேன்.'

'வரவேற்கத்தக்க யோசனை' என்றான் தீபக்.

இருவரும் அவள் உள்ளே சென்ற பிறகு, சிறிது நேரம் சிந்தனை யிலாழ்ந்திருந்தனர்.

பிறகு சாம்பலை ஆஷ்ட்ரேயில் தட்டிக்கொண்டே ரவி சொன் னான்: 'உனக்கு டேவிட்டை, எனக்குத் தெரிந்ததைவிட இன்னும் சில ஆண்டுகள் அதிகமாகவே தெரியும். எனக்கு மூன்றாண்டு களாகத்தான் தெரியும். ஆனால் இந்த மூன்றாண்டுகளில் நீ அவரைச் சந்தித்ததைவிட, நான் அதிகத் தடவைகள் சந்தித்திருக் கிறேன். அவருடைய விருப்பு, வெறுப்புகள், அந்தரங்க அபிப் பிராயங்கள் ஆகியவற்றை அவர் நம்மிடம் பல சமயங்களில் பகிர்ந்து கொண்டிருக்கிறார். உனக்கு ஞாபகமிருக்கும்வரை, ஒரு நோட்டுப் புத்தகத்தில், உரையாடலின்போது, அவர் குறிப் பிட்டிருக்கக் கூடிய பெயர்கள், அவர்களைப்பற்றி அவருடைய விமரிசனங்கள், எல்லாவற்றையும் எழுதி வைத்துக்கொள். நானும் எனக்கு ஞாபகம் வந்தவரை எழுதுகிறேன். பிறகு ஒப்பிடுவோம். இதிலிருந்து ஏதாவது ஒரு வகையான சித்திரம் உருவாகலாமென்ற நம்பிக்கை எனக்கிருக்கிறது.'

தீபக், ரவி சொன்னதைப்பற்றிச் சிந்தித்துக்கொண்டு சில விநாடிகள் உட்கார்ந்திருந்தான்.

டெலிபோன் ஒலித்தது. தீபக் எழுந்து சென்றான்.

'எஸ். தீபக்.'

அவன் முகத்தில் சினம் படர்வதை ரவி கவனித்தான். யாராக இருக்குமென்று அவனால் யூகிக்க முடியவில்லை.

தீபக், ஆஷ்ட்ரேயைக் கொண்டு வரும்படிச் சைகை செய்தான். ரவி எடுத்துக்கொண்டு போய் நீட்டினான். சிகரெட்டை அணைத்து அதில் போட்டான் தீபக்.

'ஐ ஆம் ஸாரி. நான் ஒன்றும் எழுதப் போவதில்லை, மன்னிக்கவும். மேஹ்ரா கெட்டிக்காரப் பையன். அவனையே எழுதச் சொல்லுங்கள். மேலும் எனக்குப் பதினைந்து நாட்கள் விடுமுறை வேண்டும். நானே போன் செய்யலாமென்றிரு ந்தேன். நோ ஐ ஆம் நாட் இம்பல்ஸிவ். தேங்க் யு.'

தீபக், 'ஸ்பைன்லெஸ் எஸ், ஓ.பி.' என்று சொல்லிக்கொண்டே சோபாவில் வந்து உட்கார்ந்தான்.

'எடிட்டரா?' என்று கேட்டான் ரவி.

'ஆமாம். இன்று காலையில் டேவிட்டைப் பற்றி ஒரு கட்டுரை எழுத வேண்டுமென்று அவனிடம் சொன்னேன். 'டேவிட்டைப் பற்றி யாருக்குத் தெரியும். ரீடர் இண்ட்ரெஸ்ட்டையும் மனத்தில் கொள்ள வேண்டாமென்று சொன்னான். இப்பொழுது மேலிடத்திலிருந்து உத்தரவு வந்ததோ என்னவோ தெரிய வில்லை. நான் கட்டுரை எழுத வேண்டுமென்கிறான். முடியா தென்று சொல்லிவிட்டேன். வியாபாரிகள் பத்திரிகைகள் நடத்து வதைவிட, அரசாங்கம் ஒரு பத்திரிகை நடத்துவது தேவலை என்று தோன்றுகிறது.'

அஞ்சலி மூன்று கோப்பைகளில் காபி தயாரித்துக்கொண்டு, அவற்றை ஒரு தட்டில் எடுத்து வந்தாள்.

ரவி எழுந்து சென்று அத்தட்டை வாங்கிக் கொண்டான்.

'எடுபிடி ஆள் நானிருக்கும்போது, மேடம் கொண்டு வரலாமா?' என்றான் ரவி.

அஞ்சலி புன்னகை செய்தாள்.

நகைச்சுவை இழைந்தோடிய இந்த லேசான கணங்களில் பங்கு கொள்ளும் மனநிலையில் தீபக் இல்லை என்று அவன் முகம் காட்டியது.

'என் அருமைக் கணவரின் பிரச்னை என்ன? ஏன் இப்படி சீரியஸ்ஸாக உட்கார்ந்திருக்கிறார்?' என்று அஞ்சலி, ரவியைக் கேட்டாள்.

ரவி சொன்னான்.

'வேலையை ராஜிநாமா செய்து விடுங்கள்' என்றாள் அஞ்சலி.

தீபக், அஞ்சலியைச் சில விநாடிகள் உற்றுப்பார்த்துவிட்டுச் சொன்னான்: 'உன் அப்பாவின் நிறுவனத்தில் சேர்ந்துவிட வேண்டும். அப்படித்தானே? அதுதான் நடக்காது.'

'நான் அப்படிச் சொல்லவேயில்லை. இந்தப் பத்திரிகையில் வேலை செய்வது பிடிக்கவில்லையென்றால், ராஜிநாமா செய்துவிடுங்களேன் என்றுதான் நான் சொன்னேன்.'

தீபக் இன்னொரு சிகரெட்டைப் பற்ற வைத்துக்கொண்டான்.

'நான் சொன்ன யோசனையைப் பற்றி நீ இன்னும் உன் அபிப்பிராயத்தைச் சொல்லவேயில்லை' என்றான் ரவி.

'டேவிட், கான் மார்க்கெட்டில் இருபது வருஷங்களாக இருந்து வருகிறார். அந்தக் கடைக்காரர்களுக்கு அவரைப்பற்றி நன்றாகத் தெரியும். இரண்டு சகோதரர்களுக்கிடையே நடந்த பாகப்பிரி வினைச் சண்டை விஷயமாக மத்தியஸ்தம் செய்திருக்கிறார். அங்குபோய் அவர்களை விசாரிக்கவேண்டும். அவரைப் பற்றி நமக்குப் புதிய தகவல் ஏதேனும் கிடைக்கலாம். நேற்று மாலை அவரை யாரேனும் பார்க்க வந்தார்களா என்றறிதல் அவசியம். இந்த வயதில் அவரே தம் கதையை டைப் செய்தாரா அல்லது உதவிக்கு யாரையாவது வைத்துக் கொண்டாரா என்றும் விசாரிக்கவேண்டும். அவர் உடைமைப் பொருள்கள் எல்லாம் எரிந்துவிட்டன என்கிறார்கள். டைப் ரைட்டர் கூடவா எரிந்து சாம்பலாகி விட்டது? போலீஸைக் கேட்டால், அவர்கள் பதில் சொல்லப் போவதில்லை. நாம் இந்த விஷயத்தில் அக்கறை காட்டுகிறோம் என்பது அவர்களுடைய ஆவலைத் தூண்டிவிடக் காரணமாக இருக்கக் கூடாது. மிகவும் எச்சரிக்கையாகச் செயல்பட வேண்டும்' என்றான் தீபக்.

'சகோதரர்களுக்குள் பாகப்பிரிவினைச் சண்டை என்றாயே என்ன அது?' என்று வினவினான் ரவி.

'அங்கு ஒரு பெரிய டிபார்ட்மெண்டல் ஸ்டோர்ஸ் இருக்கிறது. அதைத் தொடங்கியவன் ஷம்புநாத் மாலிக் என்பவன். 1947-ல் லாகூரிலிருந்து இந்தியாவுக்கு வந்த பிறகு, ஒரு சின்ன கடையாக ஆரம்பித்து, இந்த அளவு அது வளர்வதற்குக் காரணமாக இருந் திருக்கிறான். தம்பியைப் படிக்க வைத்தான். தங்கைகளுக்கெல் லாம் கல்யாணம் செய்து கொடுத்தான். தம்பியும் அக்கடையில் ஒரு பார்ட்னர். ஷம்புநாத் ஐம்பத்தைந்து வயதுவரை திருமணம் செய்து கொள்ளவேயில்லை. குடும்பப் பிதா மகனாக, பீஷ்மராக அவன் குடும்பத்தினர் அவனை வழிபட்டுக்கொண்டிருக்கும் போது, அவன் திடீரென்று ஒருநாள் ஒரு பெண்ணைக் கல்யாணம் செய்துகொண்டு வந்து, அனைவரையும் அதிர்ச்சிக்குள்ளாக்கி னான். அப்பொழுது அவன் தம்பிக்கு நாலு குழந்தைகள். ஏமாற்றி விட்ட தெய்வந்தான் ஒரு பக்தனுக்கு முதல் எதிரி, மஹா பாரதத்தைப்போல், மனோதத்துவ விமரிசனங்கள் நிறைந்த காவியம், உலக இலக்கிய வரலாற்றில் இல்லை என்பதுதான் என் அபிப்பிராயம். அண்ணனுக்கும் தம்பிக்கும் தொடர்ந்து நிகழ்ந்த சண்டையில் குறுக்கிட்டுச் சமரசம் செய்வித்தார் டேவிட்.'

'அப்படியானால் மஹாபாரதக் கதையையே மாற்றிவிட்டார் என்று சொல்ல வேண்டும்' என்றாள் அஞ்சலி.

'எஸ். மஹாபாரதத்தில் சமரசம் செய்விக்க முயன்ற கிருஷ்ணன், யுத்தம் ஏற்பட வேண்டாமென்றுதான் விரும்பினான். ஆனால் சண்டையை விரும்பவில்லை டேவிட்டுடைய நல்ல உள்ளம்' என்றான் தீபக்.

'கலியுக தர்மம், யுத்தந்தான். இதனால்தான் டேவிட் இக்காலத் துக்குப் பொருந்தியிராத ஒரு முரண்பாடாக இருந்தார். அவ்வாறு இருப்பவர்கள் சிலுவையைச் சுமக்க வேண்டுமென்பதுதான், வரலாற்றின் தீர்ப்பு' என்றான் ரவி.

'டேவிட்டைச் சிலுவையில் அறைந்தவர்கள் யார்? இதுதான் இப்பொழுது நம்மை எதிர்நோக்கியிருக்கும் கேள்வி.'

'நாம் உணர்ச்சிவயப்பட்டு, இது எதேச்சையாக ஏற்பட்ட விபத்தில்லை என்ற முடிவுக்கு வந்துவிடக்கூடாது' என்றாள் அஞ்சலி.

அப்பொழுது வாசல் மணி ஒலித்தது. ரவி எழுந்து சென்று கதவைத் திறந்தான்.

ஒரு பெண். இருபத்திரண்டு, அல்லது இருபத்திமூன்று வயதிருக்கலாம். ஆங்கிலேயப் பெண்ணா, இந்தியப் பெண்ணா என்று சொல்ல முடியவில்லை. லேசான மங்கோலியக் களையும் கலந்திருந்தது. மிகவும் வசீகரமான புன்னகை.

'மிஸ்டர் தீபக்?'

'உள்ளே வாருங்கள்.'

தீபக்குக்கும் அவள் யாரென்று விளங்கவில்லை.

'என்பெயர் மாயா. நீங்கள் தீபக் என்று எனக்குத் தெரியும்.'

'என் மனைவி அஞ்சலி. என் நண்பன் ரவி' என்றான் தீபக்.

அவள் சோபாவில் உட்கார்ந்தாள்.

உங்களை யார்க் சிமெட்ரியில் பார்த்தேன். நீங்கள்தான் தீபக் என்று தெரிந்ததும், உங்களுடன் பேச வேண்டுமென்று நினைத்து வருவதற்குள், நீங்கள் புறப்பட்டு வந்து விட்டீர்கள்' என்றாள் அவள்.

'யார்க் சிமெட்ரியிலா?'

'ஆமாம். டேவிட் என்னுடைய தாத்தா. பெண் வயிற்று மகள்.'

அதிர்ச்சி தரும் இச்செய்தியைக் கேட்டு, மூவரும் ஒருவரை யொருவர் பார்த்துக் கொண்டார்கள்.

'உங்கள் ஆச்சரியம் எனக்குப் புரிகிறது. டேவிட் திருமண மாகாதவர் என்று நீங்கள் நினைத்துக் கொண்டிருக்கலாம். ஜப்பானிலிருந்தபோது, அவர் ஜப்பானியப் பெண்ணான என் பாட்டியை மணந்திருந்தார். என் அம்மாவுக்குப் பதினைந்து வயதாகும்போது, என் பாட்டி இறந்துவிட்டார். என் அம்மா ஓர் உல்லாசப் பறவை. தந்தையை வெறுப்பதாக நினைத்துக் கொண்டு ஓர் ஆங்கிலேயனுடன் என் அம்மா ஹாங்காங்குக்கு ஓடிவந்த பிறகுதான், தான் அவரை எந்த அளவுக்கு நேசித்தோம் என்று அவளுக்குப் புரிந்தது. நான் பிறந்த பிறகு, என் அம்மாவை விட்டுப் போய்விட்டான் அவள் கணவன். ஹாங்காங்கில் ஒரு

பெண் நிராதரவாக விடப்பட்டால், அவளுக்கு ஏற்படும் கதியைப்பற்றி உங்களுக்குத் தெரிந்திருக்கலாம். சிறு வயதி லிருந்தே என் அம்மா மூலம், எப்பேர்ப்பட்ட ஓர் உத்தமமான மனிதருடைய பேத்தி நான் என்பதை உணர்ந்து வந்திருக்கிறேன். ஒரு வருஷத்துக்கு முன்னால் என் அம்மா போய் விட்டாள். ஆறு மாதங்களுக்கு முன்னால் இந்தியாவுக்கு வந்த என்னால் டேவிட்டை மூன்று மாதங்களுக்கு முன்புதான் சந்திக்க முடிந்தது. அவர் உங்களிருவரைப் பற்றியும் நிறையச் சொல்லியிருக்கிறார். அவர் உயிரோடு இருக்கும் வரை, நான் உங்களைச் சந்திப்பதை அவர் விரும்பவில்லை. நான் அவர் கூட இருக்கவும் அனுமதிக்க வில்லை. நான் கர்ஸன் ரோட் விடுதியில் இருக்கிறேன்' என்றாள் மாயா.

4

மாயா, மிகவும் நாசூக்கான குரலில், ஆங்கிலத்தைத் தாய்மொழியாகக் கொண்டவள்போல், சரளமாகப் பேசினாள்.

அவருடைய வாழ்க்கையைப் பற்றி எழுத ஆரம்பித்தால், பல அதிர்ச்சிகளும் ஆச்சரி யங்களும் அவனுக்குக் காத்திருக்கு மென்று, டேவிட் தன்னிடம் சொன்னது, ரவிக்கு ஞாபகம் வந்தது. அவனுக்கு அப்பொழுது ஏற்பட்ட முதல் ஆச்சரியம், அவர் தமிழர் என்பது. இரண்டாவது ஆச்சரியம், அவன் எதிரே உட்கார்ந்து கொண்டிருந்தது. இது உண்மையாக இருக்குமா?

மூன்று மாதங்களுக்கு முன்பு இவள் அவரைச் சந்தித்ததாகக் கூறுகிறாள். இந்த மூன்று மாதங்களில் அவன் அவரை இரண்டு, மூன்று தடவைகள் சந்தித்திருக் கிறான். ஆனால் அவர் இதைப்பற்றி

தன்னிடம் ஏன் ஒன்றுமே கூறவில்லை? தீபக்கிடமும் சொல்ல வில்லை. ஏன்?

இந்தப் பெண் கூறுவது உண்மையா?

பொய் சொல்லக் கூடியவளாகத் தோன்றவில்லை.

தங்களைப் பற்றி இவளிடம் கூறியிருக்கிறார். ஆனால், இவளைப்பற்றி அவர்களிடம் ஒன்றுமே சொல்லவில்லை. ஏன்?

'ஆறு மாதங்களுக்கு முன்பு இந்தியாவுக்கு வந்திருந்தும் மூன்று மாதங்களுக்கு முன்புதான் டேவிட்டைச் சந்தித்ததாகக் கூறு கிறீர்கள். மூன்று மாதங்கள், எங்கே இருந்தீர்கள்?' என்று கேட்டான் தீபக்.

'குறுக்கு விசாரணை' என்று புன்னகையுடன் கூறியவளை இடைமறித்தான் தீபக்.

'ப்ளீஸ். குறுக்கு விசாரணையில்லை. நான்...'

'புரிகிறது. நான் டேவிட்டுடைய பேத்திதானா என்ற சந்தேகம். நியாயமாக எழக் கூடியதுதான். டேவிட்டே முதலில் நம்ப வில்லை. சந்தேகம் தெளிந்த பிறகுகூட, அவர் என்னை ஏற்றுக் கொள்ள விரும்பவில்லை. சின்ன வயதிலிருந்தே என் அம்மா அவரைப்பற்றி என்னிடம் உருவாக்கியிருந்த மனச் சித்திரத்தை நான் வழிபட்டுக் கொண்டு வந்திருக்கும் வரலாற்றை அவரிடம் பன்முறை கூறி மன்றாடிய பிறகுதான், அவர் மனம் இளகியது. ஆறு மாதங்களுக்கு முன்பு, இந்தியா வந்ததும், நேதாஜியுடன் நெருங்கிப் பழகியவர் என்பதால், கல்கத்தாவில் இருக்கக் கூடுமென்று அங்கு அவரைத் தேடி அலைந்தேன். பிறகுதான் டெல்லியிலிருக்கிறார் என்று தெரிந்தது' என்றாள் மாயா.

'எங்களைப் பற்றி டேவிட் என்ன சொன்னார்?' என்று கேட்டான் ரவி.

'உங்களிருவரைப் பற்றியும் அவருக்கு நல்ல அபிப்பிராயம். அநியாயத்தைக் கண்டு சீறும் தார்மீகக் கோபம் என்பதே மறைந்து போய்விட்ட இக்காலத்தில், அது உங்களிருவருக்கும் சாத்திய மென்பதே உங்களைப் பற்றிய அவருடைய கணிப்பு. மிஸஸ் தீபக்கின் உபசரிப்புத் தன்மையைப் பற்றியும் அவர் மிகப் பாராட்டிக் கூறுவதுண்டு.'

'நன்றி. சமயத்தில் எனக்கு ஞாபகப்படுத்தினீர்கள். இப்பொழுது என்ன குடிக்கிறீர்கள். காபியா அல்லது குளிர்ந்த பானம்...' என்று கேட்டுக்கொண்டே எழுந்தாள் அஞ்சலி.

'நோ ஃபார்மாலிட்டீஸ் ப்ளீஸ். எனக்கு இப்பொழுது ஒன்றும் வேண்டாம். உங்கள் உபசரிப்புத் தன்மையைப் பயன்படுத்திக் கொள்ள பல வாய்ப்புகள் இனி எனக்கு ஏற்படுமென்பது என் நம்பிக்கை' என்றாள் மாயா.

'எங்கள் தார்மீகக் கோபத்தைப் பற்றி அவர் குறிப்பிடுவதற்குக் காரணம் ஏதாவதுண்டா?' என்றான் ரவி.

மாயா உடனே பதில் சொல்லவில்லை. சில விநாடிகள் பேசாமல் உட்கார்ந்திருந்தாள்.

'நேற்று டேவிட்டை நீங்கள் சந்தித்தீர்களா?' என்று வினவினான் தீபக்.

'இரவு எட்டரை மணி வரை அவர் அறையிலிருந்தேன். வழக்கம் போல்' என்று சொல்ல ஆரம்பித்தவள்... மேலே தொடர வில்லை.

'சொல்லுங்கள்' என்றான் தீபக்.

'அவருடைய சுயசரிதையை அவர் டிக்டேட் செய்தார். இரண்டு மாதங்களாக இது நடந்து வருகிறது.'

தீபக், ரவியைப் பார்த்தான்.

'மிஸ்டர் ரவிக்கு இது ஆச்சரியமாக இருக்கலாம். ஏனெனில் அவரிடந்தான் தம் கதையை அவர் சொல்வதாக இருந்தாராம். என்னைப் பார்த்த பிறகு முடிவை மாற்றிக்கொண்டதாக அவர் சொன்னார்.'

'அவருடைய சுயசரிதை பல சமூகத் தெய்வங்களை அதிர்ச்சிக்கு உள்ளாக்கும் என்றும் அவர் என்னிடம் கூறியிருக்கிறார்' என்றான் ரவி.

'உண்மைதான். நான் டைப் செய்திருந்த காகிதங்கள் அனைத்தும் எரிந்து கருகிவிட்டன என்பதுதான் ஒரு முக்கியமான விஷயம்.'

'எங்களுடைய சந்தேகம் ஊர்ஜிதமாகிவிட்டது' என்றான் தீபக்.

'இன்னொரு முக்கியமான விஷயம். அவர் சுருட்டு பிடிப்பதை நிறுத்தி இரண்டு மாதங்களாகின்றன' என்றாள் மாயா.

'இஸ் இட்?' என்று கோபத்துடன் எழுந்தான் தீபக்.

'உணர்ச்சிவயப்படக் கூடாது. உண்மையை ஆராய்வதற்கு இது இடையூறாக இருக்கக்கூடும். நிதானமாகப் பொறுமையுடன் நாம் செயல்பட வேண்டும். உங்களைத் தேடிக்கொண்டு நான் வந்திருப்பதற்கும் இதுதான் காரணம்.'

அங்கு சிறிது நேரம் அமைதி நிலவியது.

'டேவிட் தம்முடைய சுயசரிதையை எழுதி வருகிறாரென்று எத்தனை பேருக்குத் தெரியும்?' என்றான் ரவி.

'எனக்குத் தெரிந்த வரையில், என்னைத் தவிர வேறு யாருக்கும் தெரியாது என்றுதான் நினைத்துக்கொண்டிருந்தேன். அவர் தம்முடைய அறைக்கு யாரையும் அழைப்பதில்லை என்றும் உங்களுக்குத் தெரிந்திருக்கலாம். அங்கிருக்கும் சில கடைக்காரர் கள் மட்டும் சிற்சில சமயங்களில் வருவதுண்டு. அவர்களில், சிலர் நான் டைப் அடித்துக் கொண்டிருப்பதைப் பார்த்திருக் கிறார்கள். நான் அவருடைய காரியதரிசி என்று, அவர்கள் நினைத்துக் கொண்டிருக்கலாம். நான் என்ன டைப் அடிக்கிறேன் என்று அவர்களுக்குத் தெரிந்திருக்க நியாயமில்லை.'

'அதெப்படி உங்களால் உறுதியாகச் சொல்ல முடியும்?'

'டேவிட் ஒரு பத்திரிகைக்காரர் என்று அவர்களுக்குத் தெரியும். அவர் டைப் அடிக்கும் விஷயங்கள் பற்றி வியாபாரிகள் அக்கறை காட்ட வேண்டிய அவசியமேயில்லை. நான் யார் என்று தெரிந்துகொள்ளும் ஆர்வம் அவர்களுக்கு இருந்திருக்கக் கூடும். ஆனால் டேவிட் என்னை அவர்களுக்கு அறிமுகப்படுத்தியது கிடையாது.'

'அவருடைய சுயசரிதை என்றால் ஒரு நீண்ட காலகட்டம், இரண்டு மாதங்களில் அவர் வாழ்க்கையின் ஒரு சிறிய காலப் பகுதிதான் எழுதி முடிந்திருக்கும். அப்படித்தானே?'

ரவியை அவள் சிறிதுநேரம் உற்றுப் பார்த்தாள். பிறகு சொன்னாள்:

'டேவிட் அவசரத்திலிருந்த கிழவர்போல் எனக்குத் தோன்றியது. ஒரு வரலாற்று ரீதியாக அவர் தம் சுயசரிதையை எழுத விரும்ப வில்லை. இந்திய விடுதலைக்குப் பிறகு, நாட்டில் ஏற்பட்ட நிகழ்ச்சிகள், பார்வையாளராய் இருந்த நிலையில் அவருடைய விமரிசனங்கள், விமரிசிக்கும்போது, சுதந்தரத்துக்கு முன் இந்தியா, சுதந்தரத்துக்குப் பின் இந்தியா என்ற வகையில் பின்னோக்கு உத்தியில் வரலாற்றுச் செய்திகள் என்று எழுதப் போவதை வரையறைப்படுத்திக் கொண்டு தெளிந்த நோக்கோடு எழுத வேண்டுமென்பது அவர் திட்டம். இந்தியாவுக்கு வருவதற்கு முன் நுண்வடிவில் ஒரு லட்சியப் புருஷராக அவரை வழிப்பட்டு வந்த எனக்கு, ஸ்தூல வடிவில் கண்டு பழகிய பிறகு, என் கற்பனை என்னைப் பொய்க்கவில்லை என்பதன் காரணமாக, மிகுந்த சந்தோஷம் ஏற்பட்டது. எப்பேர்ப்பட்ட சிந்தனையாளர் அவர்! அவரை எத்தனையோ வகையில், நாடு பயன்படுத்திக் கொண்டிருக்கலாம்.'

'அவர்தான் ஒதுங்கி வாழ்ந்தார். நாட்டைக் குற்றம் சொல்ல முடியாது' என்றான் தீபக்.

'எப்படியிருந்தால் என்ன, நஷ்டம் நாட்டுக்குத்தான்.'

'அவர் இறந்தது யாருக்கோ லாபம். அவர் யாரென்று அறிய வேண்டும்' என்றான் தீபக்.

'ஒருவருக்கல்ல. பலருக்கு. அவர் சுயசரிதையை டைப் செய்தவள் என்ற முறையில் எனக்குப் புரிகிறது. இங்குதான் பிரச்னை சிக்கலாகின்றது.'

'இது வரவேற்கத்தக்க செய்தி. எந்த விதமான தடயமுமில்லாமல் விசாரிப்பதென்று நாங்கள் ஆரம்பித்தோம். இது எதேச்சையாக ஏற்பட்ட தீ விபத்தல்ல என்பதுதான் எங்கள் சந்தேகம். இந்தச் சந்தேகத்தின் அடிப்படையில்தான் இதைப்பற்றித் தீவிரமாக ஆராய்வதென்று நாங்கள் முடிவு செய்தோம். நீங்கள் உதவி செய்தால், எப்பேர்ப்பட்ட குழப்பமான பிரச்னையாக இருந் தாலும், இதற்குத் தீர்வு காண்பது என்பது கஷ்டமாக இருக்காது' என்றான் தீபக்.

'நாங்கள் டேவிட்டை அறிந்த வரை, அவர் எங்களுடன் பகிர்ந்து கொண்ட செய்திகள், செய்த விமரிசனங்கள் ஆகியவற்றை

நினைவு வந்தளவு ஒரு நோட்டுப் புத்தகத்தில் தனித் தனியாகக் குறித்துக்கொண்டு, பிறகு ஒப்பிட்டு, ஏதேனும் சித்திரம் உருவாகின்றதா என்று பார்க்கலாமென்று தீர்மானித்தோம். எங்களைவிட உங்களுக்கு அதிக விஷயங்கள் தெரியுமென்று புலப்படுகிறது. நீங்களும் அவ்வாறு குறிப்பெடுத்தால், நாம் இதுபற்றி ஆராயத் துணையாக இருக்குமென்று தோன்றுகின்றது' என்றான் ரவி.

'இது நல்ல யோசனைதான்' என்றாள் மாயா.

'இது எதேச்சையாக ஏற்பட்ட விபத்து இல்லையென்றால், யாருக்கோ அல்லது பலருக்கோ டேவிட் சுயசரிதையை எழுதி வருகின்றார் என்பது தெரிந்திருக்கிறது. நீங்கள் டைப் செய்வதும் அவர்களுக்குத் தெரிந்திருக்கக் கூடும். இதனால் உங்களுக்குப் பாதுகாப்புத் தேவை. நீங்களும் எங்களுடன் இருக்கலாமென்பது தான் என் யோசனை' என்றாள் அஞ்சலி.

'ரவியையும் எங்களுடன் இருக்கும்படியாக இப்பொழுதுதான் சொன்னேன்' என்றான் தீபக்.

'நாம் நால்வரும் ஒரே இடத்தில் இருந்தால், நாம் இதைப்பற்றி விசாரித்து வருகின்றோமோ இல்லையா என்பவர்களுடைய சந்தேகம் ஊர்ஜிதமாகி விடும்' என்று சிரித்துக்கொண்டே கூறினாள் மாயா.

'இதனால் கவலைப்படுகின்றவர்கள் ஏதேனும் நடவடிக்கை எடுக்கத் தயங்கமாட்டார்கள். இது அவர்களை அடையாளம் காட்ட உதவியாக இருக்கும்' என்றான் ரவி.

'எஸ். ரவி சொல்வது சரிதான். உங்களுக்கு இங்கு தங்குவதில் வேறு ஏதாவது ஆட்சேபணை இருந்தால் தயங்காமல் சொல்லுங்கள்.'

மாயா சிறிது நேரம் பேசாமலிருந்தாள். பிறகு சொன்னாள்.

'என்னை என்னால் பாதுகாத்துக் கொள்ள முடியும். நீங்கள் இதைப்பற்றி விசாரிக்கின்றீர்களா என்பது பற்றி யாருக்கும் சந்தேகம் எழ நியாயமில்லை. ஆகவே நான் உங்களுடன் தங்குவதினால் உங்களுக்குத் தொந்தரவு ஏற்படுவதை நான் விரும்பவில்லை.'

'நீங்கள் இப்பொழுது இங்கு வந்திருக்கின்றீர்கள் என்று யாருக் கும் தெரியாது என்று என்ன நிச்சயம்!' என்று கேட்டான் ரவி.

'இதுவும் யோசிக்கப்பட வேண்டிய விஷயந்தான்' என்றாள் மாயா.

'பேசாமல் எங்களுடன் இப்பிரச்னை தீரும் வரை இருந்து விடுங்கள்' என்றாள் அஞ்சலி.

'நான் எப்படியும் என் அறைக்குச் சென்று கணக்கைத் தீர்த்துவிட்டுத்தான் வர முடியும்' என்றாள் மாயா.

'ஓகே, ரவியும் உங்களுடன் வருவான். நீங்கள் உங்கள் கணக்கைத் தீர்த்துவிட்டு, உங்கள் சாமான்களையும் எடுத்து வாருங்கள்' என்றான் தீபக்.

மாயா, ரவியைப் பார்த்தாள்.

'நீங்கள் இங்கேயே தங்கப் போகின்றீர்களா?' என்று அவள் கேட்டாள்.

'எஸ். உங்களுக்கு ஆட்சேபணை?' என்று அவன் புன்னகை செய்தான்.

'ரவி. காரை எடுத்துக்கொண்டு போ. மிஸ் மாயா, நீங்கள் இன்றிரவு இங்கேயே சாப்பிட வந்துவிடலாம்.'

'உணர்ச்சிவயப்பட்டு முடிவு செய்யாதீர்கள். விளைவுகளை யோசித்துப் பாருங்கள்' என்றாள் மாயா.

'எல்லாவற்றையும் யோசித்துப் பார்த்துவிட்டுத்தான் சொல்லு கிறேன்' என்றான் தீபக்.

ரவி எழுந்து சென்று மேஜையிலிருந்து கார்ச் சாவியை எடுத்துக் கொண்டான்.

மாயா சிறிது நேரம் சிந்தனையிலாழ்ந்தவாறு உட்கார்ந்திருந் தாள். பிறகு எழுந்தாள்.

காரில் உட்கார்ந்ததும், மாயா சொன்னாள்:

'நீங்கள் டெல்லி பல்கலைக்கழகத்தில் ஆசிரியராக இருப்பதாக டேவிட் சொல்லியிருக்கிறார். என்ன துறை?'

'பிஸிக்ஸ்.'

'நீங்கள் தமிழ்நாட்டைச் சேர்ந்தவரென்றும் டேவிட் கூறியிருக் கிறார்.'

'டேவிட்டும் தமிழ்நாட்டைச் சேர்ந்தவரென்று உங்களுக்குத் தெரிந்திருக்கலாமென்று நினைக்கிறேன்.'

'உங்களுக்குத் தெரியுமா? அவர் யாருக்கும் தெரியாது என்றாரே?'

'என்னிடம் சொல்லியிருக்கிறார். சொல்லப்போனால், என்னு டைய மாவட்டத்தைச் சேர்ந்தவர்.'

'தமிழ்நாட்டுக்குச் சென்று பார்க்கவேண்டும் போலிருக்கிறது. ஜப்பானிய மொழிக்கும் தமிழ் மொழிக்குமுள்ள சம்பந்தம் பற்றி ஆராய்ச்சி செய்து ஒரு ஜப்பானியப் பேரறிஞர், தமிழிலிருந்து ஜப்பானிய மொழி வந்திருக்கலாமென்று கூறியிருப்பது உங்க ளுக்குத் தெரியுமா? இதைக் கேட்டபோது எனக்குப் பெருமை யாக இருந்தது. கல்கத்தாவிலிருந்தபோதுதான் இந்தக் கட்டுரையைப் படித்தேன்.'

'ஏன் பெருமை?'

'வம்சாவளியாகப் பார்க்கும்போது, இரண்டு மொழிகளுக்கும் வாரிசு நான். நீங்கள் என்ன நினைக்கிறீர்கள், இந்த ஆராய்ச்சியைப் பற்றி?'

'நானும் படித்தேன். வார்த்தை ஒற்றுமைகளை வைத்துக் கொண்டு சரித்திரத் தீர்ப்பு வழங்குவது எனக்கு உடன்பாடில்லை. மொழியியல் அறிவையும், புள்ளி விவர இயல் அறிவையும் வைத்துக்கொண்டு எதை வேண்டுமானாலும் நிரூபிக்கலாம், அல்லது மறுக்கலாம்.'

மாயா புன்னகை செய்தாள்.

'எதற்குச் சிரிக்கிறீர்கள்?'

'டேவிட்டிடமும் உங்களிடமும் ஓர் ஒற்றுமை காண்கிறேன். இதுதான் தமிழ்நாட்டுப் பண்பு போலிருக்கிறது. எதையும் அவநம்பிக்கையோடு அணுக ஆரம்பித்து, பிறகு மனம் சமாதானமடைந்தால் நம்பிக்கை கொள்வது. நான் புள்ளி விவர

இயல் துறையில் தேர்ச்சி பெற்றிருக்கிறேன். அது எப்படி ஒரு விஞ்ஞானபூர்வமான துறை என்று என்னால் நிரூபித்துக்காட்ட முடியும் அல்லது மறுக்க முடியும்' என்றான் ரவி.

அவள் வாய்விட்டுச் சற்று உரக்கச் சிரித்தாள்.

'இன்னொரு விஷயம். எதையும் அவநம்பிக்கையோடு அணுக ஆரம்பித்து, பிறகு மனச் சமாதானமடைவது, நம்பிக்கையோடு அணுக ஆரம்பித்து, பிறகு ஏமாற்றமடைவதைக் காட்டிலும் வரவேற்கத்தக்கது. இது ஒருவருக்கு மனோதத்துவ விபத்துகள் ஏற்படுவதைத் தவிர்க்கும்' என்றான் ரவி.

'உங்களுக்கு ஏதேனும் விபத்து இதுவரை ஏற்பட்டிருக்கிறதா?'

'இல்லை.'

'ஏற்பட்டால் என்ன செய்வீர்கள்?'

'அப்படியிருந்தால் என்ன செய்வேன், இப்படியிருந்தால் என்ன செய்வேன் என்பன போன்ற ஹைப்பாதிடிகல் கேள்விகளுக்கு என்னால் பதில் சொல்ல முடியாது. அடிப்படையில், நான் ஒரு எக்ஸிஸ்டென்ஷியலிஸ்ட். ஏதாவது ஒரு நிலைமை உருவாகும் போது, அதை நேருக்கு நேர் சந்தித்து முடிவு செய்வதுதான் என் வழக்கம்.'

அவன் சொன்னதை அவள் கேட்டுக் கொண்டிருந்தாளா என்று தெரியவில்லை. அவள் வேறு எதைப் பற்றியோ யோசித்துக் கொண்டிருப்பதைப்போல் அவனுக்குத் தோன்றிற்று. திடீ ரென்று அவளிடம் ஏற்பட்ட மாறுதல் அவனுக்குச் சிறிது ஆச்சரியத்தைத் தந்தது.

ஹாங்காங்கில் ஒரு குறிப்பிட்ட சூழ்நிலையில் வளர்ந்த அவளுக்கு ஹாங்காங்கில் ஒரு பெண் நிராதரவாக விடப்பட் டால், அவளுக்கு ஏற்படும் கதியைப்பற்றி உங்களுக்குத் தெரிந்திருக்கலாம் என்று அவளே அவளுடைய அம்மாவைப் பற்றிச் சொன்னாள்.

பல்கலைக்கழகப் படிப்பு இருந்திருக்கிறது என்பது வியப்புக் குரிய செய்திதான். நிறையப் படித்திருக்கிறாள் என்று தெரிகிறது அவள் பேசும் விதத்திலிருந்து; சொல்லை ஆளும் நேர்த்தி யிலிருந்து.

அவன் காரை நிறுத்தினான்.

'இங்குதானே இருக்கிறீர்கள்? ஹாஸ்டல் வந்து விட்டது' என்றான் ரவி.

'நீங்கள் உள்ளே வருகிறீர்களா? அல்லது...'

'வருகிறேன்.'

அவர்கள் உள்ளே சென்றதும், வரவேற்பறையிலிருந்த பெண் சொன்னாள்:

'நீங்கள் போனதும், உங்களைத் தேடிக்கொண்டு இரண்டு பேர் வந்தார்கள்.'

'யார் அவர்கள்?'

'யாரென்று சொல்லவில்லை. நீங்கள் அறையிலிருக்கிறீர்களா என்று கேட்டார்கள். இல்லையென்றேன். எப்பொழுது வருவீர் கள் என்று விசாரித்தார்கள். தெரியாதென்றேன். போய் விட்டார்கள்.'

'பேர் சொல்லவில்லையா?'

'கேட்டேன், சொல்லவில்லை.'

'எப்படி இருந்தார்கள்?'

'நடுத்தர வயதுக்காரர்கள். ஒருவருக்கு ஆக்ரோஷமான மீசையிருந்தது. இன்னொருவருக்கில்லை.'

'தேங்க் யு. ரவி.' நீங்கள் இங்கேயே உட்கார்ந்திருங்கள். நான் என் சாமான்களை எடுத்துக்கொண்டு வருகிறேன். மிஸ் ரோஸிலின், நான் காலி செய்துகொண்டு போகப் போகிறேன். என் கணக்கைப் பார்த்துச் சொல்லுங்கள்.'

ரோஸ்லின் அவளையும் ரவியையும் மாறி மாறிப் பார்த்தாள். முகத்தில் ஒரு குறுநகை தோன்றியது. பிறகு உள்ளே எழுந்து போனாள்.

மாயாவைத் தேடிக்கொண்டு யார் வந்திருப்பார்கள்? அவளே இதை எதிர்பார்க்கவில்லை என்று படுகிறது.

ரோஸ்லினுக்கும் அவர்கள் யாரென்று தெரியவில்லை. புதிய வர்கள் என்று புலப்படுகின்றது.

மாயா இங்கு தனியாக இருப்பது ஆபத்துதான். அவள் இப்பொழுது காலி செய்துகொண்டு போய்விட்டாள் என்றால், சந்தேகம் நிச்சயம் அதிகரிக்கும்.

டேவிட் சுயசரிதை எழுதுகின்றார் என்று தெரிந்து அதனால் கவலை கொண்டவர்கள், மாயாவைப் பற்றியும் அறிந்து கொண் டிருக்கிறார்கள்.

கான் மார்க்கெட் கடைக்காரர்களைத் தவிர, வேறு யாரும் அவளை டேவிட்டோடு தொடர்புபடுத்தித் தெரிந்து கொண் டிருக்க நியாயமில்லை என்று மாயா சொன்ன தகவல் சரியில்லை. கான் மார்க்கெட்டுக்குச் சென்று விசாரிக்க வேண்டும். கடைக் காரர்களிலேயே யாரோ ஒருவர் டேவிட் சுயசரிதை எழுதும் செய்தி தெரிந்து வெளியிட்டிருக்கலாம். அவர்களைப் பொறுத்த வரையில், மாயா வருவதும் போவதும் ஒரு மர்மமாக இருந்ததே, அவர்கள் ஆவலைத் தூண்டியது - ஒரு போதுமான காரணமாக இருந்திருக்க வேண்டும்.

டேவிட்டுக்கு மூன்று மாதங்களுக்கு முன்புவரை, ஒரு காரிய தரிசியும் கிடையாது. திடீரென்று ஒரு பெண் வருகின்றாள் என்பது, அவர்களுக்கு ஏன் ஆச்சரியமாக இருந்திருக்காது? டேவிட்டும் மாயாவைத் தம் அறைக்கு வந்தவர்களுக்கு அறிமுகப்படுத்தவில்லை.

அப்பொழுது மாயா விரைவாகக் கீழே இறங்கி வந்தாள். அவள் முகம் சிவந்திருந்தது. உணர்ச்சிவயப்பட்ட நிலையிலிருந்தாள்.

'ரவி இங்கு என்னைத் தேடிக்கொண்டு வந்தவர்கள் என் அறைக்கும் சென்றிருக்க வேண்டுமென்று தோன்றுகிறது' என்றாள் மாயா.

'ஏன்? என்ன ஆகிவிட்டது?'

'என் சாமான்கள் தாறுமாறாகக் கிடக்கின்றன. யாரோ எதையோ தேடிக்கொண்டு வந்திருக்கிறார்கள்' என்றாள் மாயா.

5

ரோஸ்லின் திரும்பி வந்ததும், மாயா கேட்டாள்: 'என்னைத் தேடிக்கொண்டு வந்தார்கள் என்றீர்களே, அவர்கள் உடனே போய்விட்டார்கள் என்று உங்களால் உறுதியாகச் சொல்ல முடியுமா?'

ரோஸ்லினுக்கு ஒன்றும் புரியவில்லை. சிறிது குழப்பமடைந்த நிலையில். 'ஆ... மா... ம். ஏன், எதற்காகக் கேட்கிறீர்கள்?'

'என் அறையில் சாமான்கள் இறைந்து கிடக்கின்றன. இதற்கு விளக்கம் தேவை.'

'அவர்கள் வாசற்புறமாகப் போனதை நான் பார்த்தேன். மறுபடியும் அவர்கள் உள்ளே வரவில்லை. இது எனக்கு நிச்சயமாகத் தெரியும்.'

'நீங்கள் போய்ப் பார்த்தபோது, அறை திறந்திருந்ததா பூட்டியிருந்ததா?' என்று வினவினான் ரவி.

'அறை பூட்டியிருந்தது. சாவி என்னிடம் இருக்கிறது. பூட்டி யிருந்த கதவைத் திறந்து, யாரால் போயிருக்க முடியும்?

'இதுதான் ஆச்சரியமாக இருக்கிறது. ஹவுஸ்கீப்பரைக் கூப்பிடுங்கள்.'

ரோஸ்லின் உள்ளே சென்றாள்.

'இங்கிருப்பவர்களின் ஒத்துழைப்பு இல்லாமல், இது நடந்திருக்க முடியுமா?' என்றான் ரவி.

'அதுதான் என்னுடைய சந்தேகம்.'

'இன்னொரு சாவி இவர்களிடம் இருக்கிறதா?'

'இருக்கலாம். நான் விசாரித்ததில்லை.'

'அறையிலிருந்து ஏதாவது எடுத்துச் சென்றிருக்கிறார்களா?'

'என் அறையிலிருந்து எடுத்துச்செல்லும் படியாக அதாவது வந்தவர்களுக்குத் தேவையான பொருள் எதுவுமில்லை. டிரான் ஸிஸ்டர், டேப்ரெக்கார்டர், உடைகள் எல்லாம் அப்படியே இருக்கின்றன. பணமும் அப்படியே இருக்கின்றது.'

ஹவுஸ்கீப்பர் வந்தாள். அவளுக்கு ஐம்பது வயதிருக்கலாம். அகலமான முகம், சிறிய கண்கள். அளவுக்கு மீறிய ஆரோக்கி யத்தை ஆவேசமாக அறிவிக்கும் ஜீன்ஸ். தனக்கு வயதாக வில்லை என்று உலகத்துக்குத் தெரிவிக்க வேண்டுமென்ற பிடிவாதம் உடையிலும், செய்து கொண்டிருந்த அலங்காரத் திலும் தெரிந்தது.

'நான் இங்கு பத்து வருஷங்களாக வேலை செய்து வருகின்றேன். இதுவரையில் இந்த மாதிரி நடந்ததேயில்லை' என்றாள் அவள் சற்று ஆக்ரோஷத்துடன்.

'இப்பொழுது நடந்திருக்கிறது' என்றாள் மாயா.

'எப்படி நடந்திருக்க முடியுமென்று எனக்குப் புரியவில்லை.'

'நான் பொய் சொல்லுகிறேன் என்கிறீர்களா?'

'வந்தவர்கள் ஆண்கள். நாங்கள் ஆண்களை உள்ளே அனுமதிப்பதில்லை என்று உங்களுக்குத் தெரியும்.'

'இங்கிருப்பவர்களின் ஒத்துழைப்போடு நடந்திருந்தால்?'

'நீங்கள் எங்கள் மீது குற்றம்சாட்டுகிறீர்கள். இது நியாயமில்லை.'

'என் சாமான்கள் இறைந்து கிடக்கின்றன. யாரோ இதைச் செய்திருக்கிறார்கள். ஆண்கள் செய்தார்களோ, பெண்கள் செய்தார்களோ, அது எனக்குத் தெரியாது.'

'சாமான்கள் இறைந்து கிடக்கின்றன என்றால், ஒன்றும் களவு போகவில்லையா?'

'இல்லை. அதுதான் ஆச்சரியம்!'

'அப்படியென்றால் என்ன சொல்லுகிறீர்கள்!'

'நீங்கள்தான் சொல்லவேண்டும்.'

'நான் சொல்வதற்கு என்ன இருக்கிறது? நீங்கள்தான் சொல்ல வேண்டும். பூட்டியிருந்த உங்கள் அறையைத் திறந்து, உங்கள் சாமான்களை இறைத்துப்போட யாருக்காவது பைத்தியம் பிடித்திருக்கிறதா? நீங்கள் காலிசெய்துகொண்டு போங்கள். வீண் பழி சுமத்திவிட்டுப் போகாதீர்கள்.'

'நான் காலி செய்துகொண்டு போக உங்கள் அனுமதி தேவை யில்லை. ஆனால், இந்த ஹாஸ்டல் எவ்வளவு பாதுகாப்பான இடம் என்று செய்தித்தாளில் விமரிசனம் வந்தால், அதை நீங்கள் ரசிக்கமாட்டீர்களென்றும் எனக்குத் தெரியும். மிஸ்டர் ரவி, இதோ இருக்கிறாரே என் நண்பர், இவர் ஒரு பத்திரிகைக்காரர். இவர் இந்த ஹாஸ்டலைப் பற்றி எழுத மாட்டார் என்று நாம் நம்புவோம்.'

ரவி சற்றுத் திடுக்கிட்டான். திடீரென்று அவனை ஒரு பத்திரிகைக் காரனாக அவள் ஆக்கியது அவனுக்கு ஆச்சரியத்தைத் தந்தது. அவள் எதற்காக இதைச் சொன்னாள் என்பது ஹவுஸ் கீப்பரின் முகத்தில் தோன்றிய கலவரத்தினின்றும் விளங்கியது. எந்தப் பெண்கள் ஹாஸ்டல் நிர்வாகியும் அவர்கள் விடுதியைப் பற்றிய செய்திகள் பத்திரிகைகளில் அடிபடுவதை விரும்பமாட்டார்கள்.

ஹவுஸ் கீப்பர் சிறிதுநேரத் தயக்கத்துக்குப் பிறகு சீறினாள்: 'அவர் பத்திரிகைக்காரராய் இருந்தால் எனக்கென்ன? இங்கு மறைப் பதற்கு ஒன்றுமில்லை. நாங்கள் செய்த ஒரே தப்பு, உங்களை

இங்கே இருக்க அனுமதித்ததுதான். உங்கள் நண்பர் தாராளமாக இந்த ஹாஸ்டல் ஒரு பாதுகாப்பான இடமில்லை என்று செய்தியைப் பிரசுரிக்கட்டும். என்னை எப்படிப் பாதுகாத்துக் கொள்வதென்று எனக்குத் தெரியும். நீங்கள் வீண் புரளியைக் கிளப்பி விட்டிருக்கிறீர்களென்று என்னால் நிரூபித்துக் காட்ட முடியும். அயல் நாட்டிலிருந்து வந்திருக்கும் நீங்கள் யார், எதற்காக வந்திருக்கிறீர்கள் ஆகியவற்றைப் பற்றியெல்லாம் விசாரிக்காமல் போகமாட்டார்கள். ஆபத்து எனக்கா, உங்களுக்கா என்று அப்பொழுது தெரியும்.'

'மிஸ் மாயா சொல்வது பொய் என்கிறீர்களா!' என்று கேட்டான் ரவி.

'நான் அவர் சொல்வது பொய், நிஜம் என்று ஒன்றும் சொல்ல வில்லை. அவர் அறைக்கு, எனக்குத் தெரியாமல் யாரோ சென்று குடைந்திருக்கிறார்கள் என்பதை நான் மறுக்கிறேன். அவ்வளவு தான்.'

'போலீஸுக்கு நாங்கள் கம்ப்ளெய்ன்ட் கொடுப்பதில் உங்க ளுக்கு ஆட்சேபணை இல்லையே?' என்றான் ரவி.

'தாராளமாகக் கொடுங்கள்.'

அவள் மன உறுதியுடன், துணிவாகப் பேசுவதற்கு என்ன காரணம்? வந்தவர்கள் மப்டியில் வந்த போலீஸ்காரர்களோ? தாங்கள் யார் என்று அறிமுகப்படுத்திக்கொண்ட பிறகு, மாயா வின் அறைக்குச் சென்று தேடியதை யாருக்கும் வெளியே தெரியவேண்டாமென்று சொல்லியிருப்பார்களோ? அப்படி யென்றால், அவள் சாமான்கள் ஏன் இறைத்துப் போட்டிருக்க வேண்டும்? தேடிய சுவடு தெரியாமல் அல்லவா செய்திருக்க வேண்டும்?

'நான் எத்தனை கொடுக்கவேண்டும்? கணக்குத் தீர்க்க விரும்புகிறேன்' என்றாள் மாயா ரோஸ்லினிடம். அவள் சொன்னாள்.

மாயா கைப்பையைத் திறந்து பணத்தைக் கொடுத்தாள்.

'என் சாமான்களைக் கீழே கொண்டு வரச்சொல்லுங்கள். நான் போகவேண்டும்.'

'நீங்களும் மேலே சென்று சாமான்களைச் சரிபார்த்துக் கொண்டு வாருங்கள். பிறகு சாமான் களவு போய்விட்டது என்ற பழி வேண்டாம்' என்றாள் ஹவுஸ் கீப்பர். மாயா ஒன்றும் பேசாமல் உள்ளே சென்றாள்.

அவளுக்கு அதிகச் சாமான்கள் இல்லை. ஒரு பெரிய சூட்கேஸ், இன்னொன்று அவ்வளவு பெரியதல்ல. மூன்று கைப்பைகள். வெளிநாட்டுப் பயணி என்று சாமான்களைப் பார்த்தாலே சொல்லிவிடலாம்.

காரில் உட்கார்ந்த பிறகு, இருவரும் வெகுநேரம் வரை பேச வில்லை. மாயா ஏதாவது சொல்லுவாளென்று ரவி எதிர்பார்த் தான். அவள் மெளனம், அவள் சிந்தனையில் ஆழ்ந்திருக்கிறாள் என்று காட்டியது.

'நீங்கள் இந்தச் சம்பவம் பற்றி என்ன நினைக்கிறீர்கள்?' என்று அவள் கேட்டாள், அமைதியைக் கலைத்தவாறு.

'ஒன்றும் புரியவில்லை.'

'நான் டைப் அடித்த காகிதங்களின் பிரதிகள் என்னிடம் இருக்கு மென்று எதிர்பார்த்திருப்பார்களோ?'

'அப்படித் தேடியவர்கள் புத்திசாலித்தனமாக ஒரு காரியம் செய்திருக்கலாம்.'

'என்ன?'

'சாமான்களைத் திருடிக் கொண்டு போயிருக்கலாம், களவுக்காக வந்தார்கள் என்று மற்றவர்கள் நினைக்கும்படியாக இருந் திருக்கும் அல்லவா?'

'ஏன் அப்படிச் செய்யவில்லை?'

'அதுதான் எனக்கும் புரியவில்லை.'

'வந்தவர்கள் போலீஸ்காரர்களாக இருந்திருந்தால்?'

'தேடிய சுவடு தெரியாமல் தேடியிருப்பார்கள்.'

'போலீஸ்காரர்களிடம் நளினத்தை எதிர்பார்க்கிறீர்களா? உலக மெங்குமே இந்த மரபு கிடையாது.'

ரவி பதில் கூறவில்லை. இவள் கூறுவது வாஸ்தவந்தான் உலக மெங்கும் ஏன் இந்த மரபு? சிறிது அதிகாரமிருந்தாலே போதும், ஒருவருடைய நுண்ணுணர்வுகளை மரத்துப் போகும் படியாகச் செய்வதற்கு! 'Man, proud man drest in a little brief authority. like an angry ape, plays such fantastic tricks before high heaven as make the angels weep'. மனிதனுடைய மனநிலைகளை வெவ்வேறு சூழ்நிலைகளில் படம் பிடித்துக் காட்டியவர்களில் ஷேக்ஸ்பியரை மிஞ்சியவர்கள் யாருமில்லை. ஒருவன், மற்றவர்களுக்கு மனசாட்சி தொந்தரவு ஏற்படும் வகையில், நல்லவனாக இருந்தால், அவனுக்குச் சிறிது அதிகாரத்தைக் கொடுத்தால் போதும், அவனை அடியோடு கெடுத்து விடுவதற்கு. தொண்ணூறு வயதானாலும், அரசியல்வாதிகள் பதவியிலிருக்க ஆசைப்படுவதில் ஆச்சரியமொன்றுமில்லை! பதவி தரும் செளகரியங்கள் எல்லாவற்றையும்விட பல பேரை விரட்டிக்கொண்டிருக்க முடியுமென்ற சந்தோஷந்தான், அவர்களுக்கு மன நிறைவைத் தருகிறது.

'என்ன யோசித்துக் கொண்டிருக்கிறீர்கள்?' என்றாள் மாயா.

'ஒன்றுமில்லை. பதவியை நாடி டேவிட் ஏன் செல்லவில்லை என்று புரிகிறது. அவர் கடைசிவரை, நல்லவராகவே இருக்க விரும்பியிருக்கிறார்.'

'நல்லவர்கள், கெட்டவர்கள் என்பதற்கு அர்த்தம் என்ன?'

'சில லட்சியங்களை வகுத்துக்கொண்டு, அதற்கேற்ப வாழ முயல்வது, தம்மால் பிறருக்கு எந்தத் துன்பமும் ஏற்பட்டு விடக்கூடாதென்று மிகக்கவனமாக இருப்பது - இதுதான் நல்லவர்களுக்கு அடையாளம். சமூகத்தில் பதவியும் அந்தஸ்தும் பெற வேண்டுமென்ற விலங்கினப் போராட்டத்தில் வெற்றி பெறுகின்றவர்கள் கெட்டவர்கள்.'

'நீங்கள் வகுத்துக்கொள்ளும் லட்சியங்களினால் பிறர் பாதிக்கப் பட்டு அதனால் அவர்களுக்குத் துன்பம் ஏற்பட்டால்?'

'நான் எனக்கென்று வகுத்துக் கொள்ளும் லட்சியங்களினால் பிறர் ஏன் பாதிக்கப்படவேண்டும்?'

'உங்கள் லட்சியங்களையும் கொள்கைகளையும் பிறர் மீது சுமத்த முயலும்போது?'

'நான் எது நல்லது என்று நினைக்கின்றேனோ, அதைச் சொல்லு கிறேன். அதை ஏற்றுக் கொள்வதும், மறுப்பதும் பிறருடைய உரிமை.'

'அந்த உரிமையைக் கொக்காதவர்களை நல்லவர்கள் என்று சொல்ல முடியுமா?'

'எதற்காகத் திடீரென்று இந்த நல்லவர்கள் கெட்டவர்கள் ஆராய்ச்சி?' என்று புன்னகையுடன் கேட்டான் ரவி.

'வெறும் இலக்கண வரையறைக்குள் மனித சுபாவத்தை அடைத்துவிட முயல்கிறீர்கள். அது தப்பு என்பது என் அபிப் பிராயம். உலகில் நல்லவர்களுமில்லை, கெட்டவர்களும் இல்லை.'

'உங்கள் தாத்தா?'

'அவர் டேவிட்டாக இருந்தார். அப்படிச் சொல்வது போது மானது.'

'சிறுவயதிலிருந்தே உங்கள் தாத்தாவை, ஓர் உத்தமமான மனிதராக வழிபட்டு வந்ததாகச் சொன்னீர்களே, உத்தமமான மனிதர் என்றால் நல்லவர் என்றுதானே அர்த்தம்?'

'உங்களுடைய ஞாபக சக்தியைப் பாராட்டுகிறேன்' என்று புன்னகையுடன் சொன்னாள் மாயா.

'நான் கேட்ட கேள்விக்கு இது பதிலில்லை.'

அவள் மௌனமாக இருந்தாள். அவளைப் பதில் சொல்லும் படியாக அவன் வற்புறுத்த விரும்பவில்லை.

அவர்கள் தீபக்கின் வீட்டை அடைந்தபோது அவன் வெராந் தாவில் நின்று கொண்டிருந்தான்.

'சாமான்கள் இவ்வளவுதானா?' என்று கேட்டான்.

'ஆமாம்.'

'ஒரு வெளிநாட்டுப் பயணி, இந்தியாவில் நிரந்தரமாகத் தங்குவது என்ற உத்தேசத்துடன் வந்திருந்தால், நிறையச் சாமான்களுடன் வருவார்கள் என்று எதிர்பார்ப்பது சகஜம்தான்.'

அவன் பெரிய சூட்கேஸை எடுத்துக்கொண்டு உள்ளே போனான்.

அவன் அவளுடைய பெட்டியை வைத்த அறையை மாயா சுற்றும் முற்றும் பார்த்தாள்.

'என் தேவைக்கு அதிக அளவு பெரிய அறை' என்றாள் அவள்.

'உங்கள் தேவையின் அளவை அறிவதற்கு முன்பே இந்த வீடு கட்டப்பட்டு விட்டது' என்றான் ரவி.

தீபக் அவனைச் சிறிது வியப்புணர்ச்சி தோன்றப் பார்த்தான். அவளை லேசாக ஏளனம் செய்யுமளவுக்கு, இருவரும் சேர்ந்து சென்றது, அவனுக்கு உரிமையை வழங்கியிருக்கிறது என்று தீபக் நினைத்திருக்கக் கூடுமென்று பட்டது ரவிக்கு. மாயாவின் புன்னகையும் இந்நினைவை ஊர்ஜிதமாக்கியிருக்கலாம்.

அவர்கள் ஹாலில் சோபாவில் உட்கார்ந்திருந்தார்கள்.

'மிஸஸ் தீபக் எங்கே?' என்று கேட்டாள் மாயா.

'அஞ்சலி சமையலைக் கவனித்துக் கொண்டிருக்கிறாள்' என்றான் தீபக்.

'என்னாலும் அவருக்கு உதவி செய்ய முடியும். நான் அவ்வளவு மோசமான சமையல்காரியல்ல.'

'தீபக்கும் உதவி செய்யப் போவதாக எச்சரிக்கை செய்திருக் கிறான். மெனி குக்ஸ்' என்றான் ரவி.

'காலி செய்துகொண்டு வந்து விட்டீர்களளா!' என்றான் தீபக்.

'அங்கு நடந்த சம்பவத்தைப் பார்க்கும்போது, என் மீது பலர் அக்கறை கொண்டிருக்கிறார்கள் என்று தெரிகிறது' என்றாள் மாயா.

'என்ன நடந்தது?'

ரவி சொன்னான்.

'ஸோ. அது எதேச்சையாக ஏற்பட்ட தீ விபத்தில்லை என்று உறுதியாகிறது' என்றான் தீபக், சிறிது நேர அமைதிக்குப் பிறகு.

அஞ்சலி, சமையலறையை விட்டு வெளியே வந்தாள்.

'நீங்கள் சொன்னதை நான் கேட்டுக் கொண்டுதானிருந்தேன். இப்பொழுது நீங்கள் இங்கு வந்துவிட்டது எவ்வளவு நல்லதாகப் போயிற்று என்று தெரிகிறதா!' என்றாள் அஞ்சலி.

'என்னால் இப்பொழுது உங்களுக்கு ஆபத்து.'

'ஒருவருக்கு நாலு பேராக இருக்கிறோம். சமாளிக்க முடியு மென்பது என் நம்பிக்கை' என்றான் தீபக்.

'இரண்டு ஆண்கள், இரண்டு பெண்கள்' என்றான் ரவி.

'பெண்கள். ஓரளவு குறைத்து மதிப்பிடும் தொனியில் பேசுகின்றீர்களோ?' என்றாள் அஞ்சலி.

'நீங்கள் ஏன் அப்படி நினைத்துக் கொள்கிறீர்கள்? ஆண்களைக் குறைத்துப் பேசியதாகவும் கொள்ளலாம்' என்றாள் மாயா புன்னகையுடன்.

'சரி. நாம் இந்தப் பிரச்னையை எப்படி அணுக வேண்டுமென் பதைப்பற்றித் திட்டமிட வேண்டும். டேவிட் சுயசரிதையை எழுதி வருகின்றார் என்று ஒருவருக்கோ, பலருக்கோ தெரிந் திருக்கிறது. அதை மாயா டைப் செய்கிறாள் என்றும் அவர்கள் அறிந்து வைத்திருக்கிறார்கள். இதைப்பற்றி அவர்கள் பயப்படு கிறார்கள். ஏன்? யார் அவர்கள்? முதலில், இதைப் பற்றிப் பிறருக்குத் தெரியாமல் விசாரிக்கலாமென்று நினைத்தேன். அது தேவையில்லை என்று தோன்றுகிறது. போலீஸ்காரர்கள் என்ன முடிவுக்கு வந்திருக்கிறார்கள். தீ விபத்து என்று தீர்மானித்து ஃபைலை முடித்து விட்டர்களா என்று முதலில் தெரிந்துகொள்ள வேண்டும். அப்படியிருந்தால், இது பற்றி நம்முடைய சந்தேகத்தைப் பகிரங்கமாக அறிவிப்போம். மாயா டேவிட்டு டைய பேத்தி என்கிற முறையில் உண்மையை அறிய உரிமை இருக்கிறது. ஆகவே இந்த உறவுமுறையை வெளியே சொல்ல நீங்கள் தயங்கக் கூடாது. போலீஸார் ஒப்புக்காக ஃபைலை முடிவிட்டு, ரகசியமாக விசாரிக்க முற்பட்டிருக்கிறார்களா? அப்படியென்றால், யாருடைய உத்தரவின் பேரில் செய்கிறார் கள்? இந்தக் கேள்விகளுக்கெல்லாம் விடைகாண வேண்டும். களத்தில் இறங்கியாகிவிட்டது. ஸ்லீவ்ஸ்களை மடித்துக் கொண்டு செயல்பட வேண்டியதுதான், நம்மை இப்பொழுது எதிர் நோக்கியிருக்கும் பணி' என்றான் தீபக்.

'கூடிய வரையில், காலி வயிற்றுடன் செயல்பட வேண்டிய அவசியமில்லை. இப்பொழுது சாப்பிடலாமா?' என்றாள் அஞ்சலி.

'வரவேற்கத்தக்க யோசனை' என்றான் ரவி.

'ஷல் வி ஹாவ் எ ட்ரிங்க்?' என்றான் தீபக்.

'நோ தேங்க்ஸ் நான் குடிப்பதில்லை' என்றாள் மாயா.

'கூடிய வரையில், இந்தப் பிரச்னை தீரும்வரை குடிப்பதில்லை என்ற சபதமும் எடுத்துக் கொள்ளலாம்' என்றாள் அஞ்சலி.

'வரவேற்கத்தக்க யோசனை' என்றான் ரவி.

'அஞ்சலியை சம அந்துஸ்துள்ள ஒரு கூட்டாளியாக இந்த விசாரணையில் எடுத்துக் கொண்டாலும், அவளால் என்னுடைய மனைவி பிரக்னுயினின்றும் தப்ப முடியவில்லை. நான் குடிப்பதை எந்தெந்த வகையில் தடுக்கலாமென்பதே அவள் பிரச்னை.'

'அப்படியானால், இந்தப் பிரச்னை தீரும் வரை நீங்களும், நான் உங்களுடைய மனைவி என்பதை எல்லா வகையிலும் மறந்து விட வேண்டும் சரியா?'

'வரவேற்கத்தக்க யோசனை என்று ரவி சொல்லமாட்டாரென்று நம்புகிறேன்' என்றாள் மாயா.

எல்லோரும் சிரித்தனர்.

'சரி. சாப்பாட்டை டைனிங் டேபிளில் எடுத்து வைக்கிறேன். எனக்களிக்கப்பட்டிருக்கும் வேலை இது, எனக்குச் சமைக்கத் தெரியாதென்ற காரணத்தால்' என்று கூறிக் கொண்டே எழுந்தான் ரவி.

'எது?' என்றாள் மாயா.

'எடுபிடி வேலை.'

'உங்களுக்கு இன்னொரு வேலையும் தரப்பட்டிருக்கிறது' என்றாள் மாயா.

'என்ன?'

'ஷோஃபர்'

மறுபடியும் சிரிப்பலை எழுந்து ஓய்ந்தது. அவர்கள் சாப்பிட்டுக் கொண்டிருக்கும்போது தீபக் சொன்னான். 'நாளைக்கு கான் மார்க்கெட் சென்று விசாரிக்கவேண்டும். இதுதான் முதல் வேலை.'

அப்பொழுது வாசல் மணி ஒலித்தது.

'டாமிட்' என்று சொல்லிக்கொண்டே எழுந்து சென்றான் தீபக்.

சிறிது நேரம் கழித்து உள்ளே வந்து சொன்னான்: 'நான் கான் மார்க்கெட்டுக்குப் போக வேண்டுமென்று சொன்னேன் அல்லவா? கான் மார்க்கெட்டே இங்கு வந்திருக்கிறது.'

'அப்படியென்றால்?' என்றான் ரவி.

'ஷம்புநாத் மாலிக் வந்திருக்கிறார். என்னுடன் அந்தரங்கமாகப் பேச வேண்டுமாம். வெராந்தாவில் உட்காரச் சொல்லிவிட்டு வந்திருக்கிறேன்.'

ஷம்புநாத் மாலிக்கின் முகத்தில் ஒரு நிரந்தரச் சோகம் குடி கொண்டிருந்தது. அவர் உள்ளே வந்தபோது, அவர்களைப் பார்த்துப் புன்னகை செய்தது, வயிற்று வலியினால் கஷ்டப்படுகிறவர்கள், வேதனையை மறக்கச் சிரிக்க முயல்வது போன்ற தோற்றம். உடம்புடன் தொடர்பு படுத்துவதற்காகக் கழுத்து போன்ற இடைச் செருகல் தேவையில்லை என்பது போல் சரீரத்துடன் நேரடியாக ஒட்டிக் கொண்டுவிட்ட தலை. தலையில் முடி யில்லை என்ற குறையை ஈடு செய்வது போல், சரீரமெங்கும் கட்டுப்பாடற்ற முறையில் வளர்ந்திருந்த மயிர்க்கற்றை கள். அவையனைத்தும் கருமையை மறந்து பல வருஷங்களாகியிருக்க வேண்டும்போல் தோன்றியது.

தீபக் அவரை மற்றவர்களுக்கு அறிமுகம் செய்து வைத்தான்.

'மாலிக் சா(ஹ)ப் நீங்கள் மனம்விட்டுத் தாராளமாகப் பேசலாம். இவர்கள் அனைவரும் என் நம்பிக்கைக்குப் பாத்திரமானவர்கள். நீங்கள் சொல்லும் அந்தரங்க விஷயங்கள் இந்த அறையை விட்டு வெளியே போகாது. இந்த உத்தரவாதம் என்னால் அளிக்க முடியும்' என்றான் தீபக்.

மாலிக்கின் தயக்கம் முகத்தைவிட்டு அடியோடு போய் விடவில்லை. அவர் மாயாவைச் சிறிது நேரம் உற்றுப் பார்த்துக் கொண்டே இருந்தார். பிறகு சொன்னார்: 'இந்தப் பெண்ணை டேவிட் சா(ஹ)ப்பின் அறையில் அடிக்கடி பார்த்திருக்கிறேன். அவருடைய காரியதரிசி என்று நினைக்கிறேன்.'

'அப்படி அவர் சொன்னாரா?' என்றான் தீபக்.

'இல்லை. அவர் அறிமுகப்படுத்தியதே கிடையாது. நானே ஒரு சமயம் அவரிடம் இதைப்பற்றி விசாரித்தபோது, அவர் மறுக்கவும் இல்லை, ஏற்றுக் கொள்ளவுமில்லை. மௌனமாக இருந்தார்.'

'அப்படியானால் நான் ஒரு மர்மப் பெண் என்று உங்களுடைய அபிப்பிராயம். அப்படித்தானே?'

'என்னுடைய அபிப்பிராயம் மட்டுமல்ல. அங்கு இருக்கும் பலருடைய அபிப்பிராயம். நான் டேவிட்டுக்கு மிகவும் வேண் டியவள் என்பதால் என்னையே விசாரிக்கவும் செய்தார்கள். என்னால் என்ன பதில் சொல்ல முடியும்?'

'உங்களுக்குப் பல யூகங்கள் தோன்றியிருக்கலாம்' என்றான் ரவி.

மாலிக் அவனைப் பார்த்தார்.ஏதோ சொல்ல நினைத்தாரென்று தோன்றியது. பிறகு பேசாமலிருந்து விட்டார்.

'ஒரு யூகம், டேவிட்டும் உங்களைப்போல், திடீரென்று மணம் செய்து கொண்டு விட்டாரோ என்றிருக்கலாம்' என்றான் தீபக்.

மாலிக்கின் முகம் சிவந்தது. 'அப்படிச் செய்து கொண்டால்தான் என்ன, தவறு என்று உங்களால் சொல்ல முடியுமா? திருமணம் செய்து கொள்வதும், செய்து கொள்ளாமலிருப்பதும், ஒவ்வொருவருடைய சொந்தப் பிரச்னை.'

'நான் இதைத் திருமணத்தைப் பற்றிய என் அபிப்பிராயமாகக் கூறவில்லை. உங்களுடைய யூகமாக இருக்கக் கூடுமென்று என் கருத்தைத் தெரிவித்தேன்.'

'என்னைப் பற்றிய முழு விவரங்களையும் டேவிட் உங்களிடம் சொல்லியிருக்கிறாரா?'

'நீங்கள் என்னைத் தேடிக்கொண்டு எதற்காக வந்தீர்கள்?'

'டேவிட்டுடைய நெருங்கிய நண்பர்களில் நீங்களும் ஒருவர் என்று எனக்குத் தெரியும். அவரே சொல்லியிருக்கிறார்.'

'அப்படியானால் உங்களைப் பற்றியும் அவர் என்னிடம் சொல்லியிருக்கக் கூடுமென்று நீங்கள் நம்பலாமல்லவா?'

மாலிக் சிரித்தார். அச்சிரிப்பினின்றும், மலச்சிக்கல் அவரை மிகவும் கஷ்டப்படுத்துகின்றது என்று ரவிக்குத் தோன்றியது.

'தேநீர் குடிக்கின்றீர்களா?' என்றாள் அஞ்சலி.

'ஒன்றும் வேண்டாம். ப்ளீஸ். நான் ஆறுமணிக்குச் சாப்பிட்டு விடுவேன். அதற்குப் பிறகு ஒன்றும் கிடையாது. எனக்கு அல்சர் உண்டு என்பதால், இது மருத்துவ யோசனை.'

மலச்சிக்கலில்லை, அல்சர் என்று ரவிக்குப் புரிந்தது.

சிறிது நேரம் அங்கு அமைதி நிலவியது. தீபக் ஒரு சிகரெட்டைப் பற்ற வைத்துக்கொண்டு, பாக்கெட்டை மாலிக்கிடம் நீட்டினான்.

மாலிக் சற்றுத் திடுக்கிட்டவர் போல், 'நோ! தேங்க்ஸ்' என்றார்.

'இதுதான் அல்ஸருக்கு நீ காட்டும் மரியாதையா?' என்றான் ரவி.

'நான் குடித்த சிகரெட்டுகளும், என் குடும்ப வியாபாரப் பிரச்னைகளும்தான் என் அல்சருக்குக் காரணம்' என்றார் மாலிக்.

'அதை மறுபடியும் சொல்லுங்கள்' என்றாள் அஞ்சலி. 'எனக்குக் குடும்ப, வியாபாரப் பிரச்னைகள் இல்லை' என்று சிரித்துக் கொண்டே சொன்ன தீபக், புகையை உள்ளுக்குள் இழுத்து, அதை வெளியே வளையங்களாக விட்டவாறு கூறினான்: 'மிஸ்டர் மாலிக். உங்கள் அந்தரங்கப் பிரச்னையாகிய, அல்சரைப் பற்றிப் பேசவா இங்கு வந்திருக்கிறீர்கள்?'

'குடிக்கக் கொஞ்சம் தண்ணீர் கொடுங்கள்.'

அஞ்சலி ஃபிரிஜ்ஜிலிருந்து பாட்டிலை எடுத்து ஒரு கண்ணாடித் தம்ளரில் தண்ணீர் ஊற்றிக்கொண்டு வந்து அவரிடம் கொடுத்தாள்.

தண்ணீரைக் குடித்துவிட்டுத் தம்ளரை மேஜையின் மீது வைத்து விட்டு, அதைச் சிறிதுநேரம் உற்றுப் பார்த்துக் கொண்டிருந்தார் மாலிக். எப்படிச் சொல்வதென்று அவர் மனத்துக்குள் ஒத்திகை நடத்திக் கொண்டிருக்கிறாரென்று ரவிக்குத் தோன்றியது.

'டேவிட்டின் மரணம் இயற்கையானதாக எனக்குப் படவில்லை' என்றார் மாலிக்.

அவர்களை அதிர்ச்சிக்குள்ளாக்குகிறோம் என்ற பிரக்ஞையுடன் சொன்ன அவருக்கு, அவர்கள் இயல்பாக அவர் சொன்னதை ஏற்றுக்கொண்டது, அவருக்குச் சிறிது ஏமாற்றமாக இருந்த தென்பது அவர் முகத்தினின்றும் தெரிந்தது.

'இயற்கையானது என்று யார் சொன்னார்கள்? தீ விபத்து என்கிறார்கள்' என்றார் தீபக்.

'தீ விபத்து எதேச்சையாக ஏற்படவில்லை என்பதுதான் நான் கூற வந்தது' என்று கூறிவிட்டு, மாலிக் எல்லாரையும் ஒரு பார்வை பார்த்தார்.

'ஏன் அப்படிச் சொல்லுகிறீர்கள்?'

'அவர் அறையில் மட்டும் இது ஏற்படுவதற்கு என்ன காரணம்?'

'சுருட்டை அணைக்காமல் போட்டிருப்பாரென்று போலீஸார் கூறுகின்றார்கள்.'

'அவர் சுருட்டுக் குடிப்பதை நிறுத்திவிட்டாரென்று உங்க ளுக்குத் தெரியுமா? இது யாரோ திட்டமிட்டுச் செய்திருக்கிற காரியம்?'

'அவரைக் கொல்வதால் யாருக்கு லாபம்? அப்படி அவரைக் கொல்ல நினைத்தவன் ஒன்று, கத்தியால் அவரைக் குத்திக் கொன்றிருக்கலாம். இரண்டு, சுட்டிருக்கலாம், அவர் அறைக்குத் தீ மூட்டுவானேன்?'

'வன்முறையால் கொன்றால், கொலை என்று நிச்சயமாகத் தெரிந் திருக்கும். இப்பொழுது எதேச்சையாக ஏற்பட்ட தீ விபத்து என்று தானே எல்லாரும் கருதுகிறார்கள். அவரைக் கொல்வதால் யாருக்கு லாபம் என்று கேட்டீர்கள். இது மிகவும் முக்கியமான கேள்வி' என்று சொல்லிவிட்டுச் சிறிதுநேரம் அவர் பேசாமல் இருந்தார்.

'சொல்லுங்கள்.'

'நேற்று நீங்கள் அவர் அறையைவிட்டுப் போகும்போது நான் உங்களைப் பார்த்தேன். அப்பொழுது மணி எட்டரை இருக் குமா?' என்று மாலிக் மாயாவைப் பார்த்துக் கேட்டார்.

'நான் தீ மூட்டிவிட்டுச் செல்லவில்லை' என்றாள் மாயா.

'சே. சே. நான் உங்களை குற்றம் சாட்டவில்லை. தீ விபத்து பின்னிரவில் ஏற்பட்டிருக்கிறது. நீங்கள் அவரைச் சந்தித்த போது, அவர் மனநிலை எப்படி இருந்தது?'

'எனக்கு ஒரு வித்தியாசமும் தெரியவில்லை. எப்பொழுதும் போல்தானிருந்தார்.'

அவர் சிறிதுநேரம் மௌனமாக இருந்தார். நாடக பாணியில் திடீர் திடீரென்று அவர் பேசாமலிருந்தது, ரவிக்குக் கொஞ்சம் எரிச்சலைத் தந்தது.

'நீங்கள் என்ன சொல்ல விரும்புகிறீர்கள்?' என்று கேட்டான் ரவி.

'நேற்று மாலை ஐந்து மணிக்கு அவர் என் தம்பியைக் கூப்பிட்டு அனுப்பினார். இருவரும் சுமார் ஒரு மணி நேரம் பேசியிருப் பார்கள். திரும்பி வந்தபோது, என் தம்பி மிகுந்த கோபத்துடன் வந்தான். அவரை வாய்க்கு வந்தபடியெல்லாம் திட்டினான். எனக்கு என்ன காரணமென்று தெரியும். அதனால் அவனை நான் ஒன்றும் கேட்கவில்லை.'

மறுபடியும் மௌனம்.

'என்ன காரணம்?' என்றாள் அஞ்சலி. அவள் கேட்டிருக்க வேண்டாமென்று ரவிக்குத் தோன்றிற்று. அவரே எப்படியும் சொல்லப்போகிறார். அவர் சொல்லும் விதத்தில் கையாண்ட நாடக உத்திக்குப் பாராட்டுப்போல் அமைந்தது இந்தக் கேள்வி.

உற்சாகமடைந்த குரலில் அவர் சொன்னார்: 'என் தம்பியைப் பற்றி முதலில் உங்களுக்குச் சொல்ல வேண்டும்.'

'டேவிட் சொல்லியிருக்கிறார்' என்றான் தீபக்.

'அவர் என்ன சொல்லியிருப்பார்? எனக்கும் அவனுக்குமிடையே நடந்த சண்டையைப் பற்றி, அவர் சமரசம் செய்து வைத்தது பற்றி. அது முக்கியமல்ல. என் தம்பிக்குச் சில அரசியல் பெரும்புள்ளிகள் சிநேகம். நல்லவனாக என் கட்டுப்பாட்டில் வளர்ந்தவன் கெட்டுப் போவதற்கும் அதுதான் காரணம்.'

மீண்டும் மௌனம்.

'சொல்லுங்கள்' என்றான் தீபக்.

'மூன்று மாதங்களுக்கு முன்பு ஒரு பெண் ராமகிருஷ்ணாபுரம் பல மாடிக் கட்டடத்திலிருந்து கீழே விழுந்து இறந்து போனாள் என்ற செய்தி வெளி வந்ததே, நினைவிருக்கிறதா!'

'ஆமாம், தற்கொலை என்றார்கள்' என்றான் தீபக்.

'அது தற்கொலை என்று நம்புகிறீர்களா?'

'கணவனிடமிருந்து பிரிந்திருந்த அவள், யாரோ பஞ்சாப் எம்.பி.யுடனும், ஓர் அரசியல் கட்சிப் பிரமுகருடனும், இரவு வெகுநேரம் கழித்து குடித்த நிலையில் காரில் வந்தாளென்றும், அவள் ஐந்தாம் மாடிக்குச் சென்று உடனே கீழே விழுந்து தற்கொலை செய்து கொண்டாளென்றும் செய்தி வந்தது.'

'அந்த எம்.பி.யார்? அரசியல் கட்சிப் பிரமுகர் யார்?'

'கண்டுபிடிக்க முடியவில்லை என்றார்கள்.'

'ஏன்? அமெரிக்காவில் இப்படி நடந்திருக்குமா? உடனே பத்திரிகைகள் முனைந்து அந்த எம்.பி.யார், அரசியல் கட்சிப் பிரமுகர் யாரென்று கண்டுபிடித்துப் பொது மக்களுக்குச் சொல்லி யிருப்பார்கள். பத்திரிகைச் சுதந்தரமென்பதெல்லாம் இந்தியாவைப் பொறுத்தவரையில் ஹம்ப். இந்தியப் பத்திரிகைக் காரர்கள் இயல்பாகவே கோழைகள், முதுகெலும்பில்லாதவர்கள்.'

'இந்தியப் பத்திரிகைக்காரன் என்ற முறையில் நீங்கள் சொல் வதை நான் பரிபூரணமாக ஆமோதிக்கிறேன். ஆனால் இதற்கும், உங்கள் தம்பிக்கும் என்ன சம்பந்தம்?'

'அந்த காரை ஓட்டிக்கொண்டு சென்றவன் என் தம்பி. அந்த எம்.பி. யும் அரசியல் கட்சிப் பிரமுகரும் அவனுடைய சிநேகிதர்கள். அந்தப் பெண் தற்கொலை செய்து கொண்டாளா அல்லது மாடி யிலிருந்து தள்ளப்பட்டாளா என்றுகூட யாருக்கும் தெரியாது. தள்ளப்பட்டிருந்தால் இது கொலை இந்தக் கொலைக்கு நாம் அனைவரும் தெரிந்தோ தெரியாமலோ உடந்தையாக இருக்கிறோம்.

அந்த எம்.பி. தன்னைக் கல்யாணம் செய்துகொள்ள வேண்டு மென்று அந்தப் பெண் அன்றிரவு வற்புறுத்தியிருக்கிறாள் என்று தெரிகிறது. அப்பொழுது ஏற்பட்ட அதிர்ச்சியினால் கலவர மடைந்த என் தம்பி, எம்.பி. மாடிக்கு அவளுடன் சென்றது உண்மையென்றும் அவர் அவளைத் தள்ளினாரா இல்லையா என்று தனக்குத் தெரியாதென்று என்னிடம் வந்து அன்றிரவே சொன்னான். மனசாட்சி அவனை ஓரளவு அன்றிரவு உறுத்தி யிருக்கிறது. நான் டேவிட்டிடம் சொன்னேன். டேவிட் அடுத்த நாள் அவனைக் கூப்பிட்டுப் போலீஸாரிடம் விவரங்கள் அனைத்தையும் சொல்லிவிடும்படி கூறியிருக்கிறார். அவன் இரவு தூங்கி எழுந்து பிறகு அவன் மனசாட்சி மறுபடியும் தூங்க ஆரம்பித்துவிட்டது. அவன் மறுத்துவிட்டான்.

அந்தப் பெண்ணின் கணவனை டேவிட் இரண்டு நாட்களுக்கு முன்பு சந்தித்திருக்கிறார். ஐந்து வயதுப் பெண் குழந்தையுடன் அவன் அவதிப்படுவதைப் பார்த்ததும் அவருக்குக் கஷ்டமாக இருந்திருக்கிறது. நேற்று மாலை என் தம்பியிடம் இது சம்பந்த மாகத்தான் பேசியிருக்க வேண்டுமென்று நினைக்கிறேன். அவன் உண்மையைச் சொல்லாவிட்டால், பத்திரிகைகளில் அவர் தாம் இதைப் பற்றி எழுதப் போவதாகச் சொல்லியிருக்கலாம். என் தம்பியின் கோபத்துக்கு இதுதான் காரணம்.'

அவர் சொல்லிவிட்டு நிறுத்தினார்.

தீபக் கேட்டான், 'அப்படியானால் உங்கள் தம்பிதான் டேவிட்டுடைய அறைக்குத் தீ மூட்டினான் என்கிறீர்களா?'

'நான் அப்படிச் சொல்லவில்லை. என் தம்பி உடனே வீட்டை விட்டுப் போய் விட்டான். அந்த எம்.பி.யையும் அரசியல் கட்சிப் பிரமுகரையும் சந்திக்கப் போயிருக்கலாம்.

அவன் இரவு எப்பொழுது வீடு திரும்பினானென்று எனக்குத் தெரியாது.'

'இன்று உங்கள் தம்பியிடம் ஏதேனும் மாறுதல் கவனித்தீர்களா?' என்றான் ரவி.

'அதுதான் எனக்கும் ஆச்சரியமாக இருக்கிறது. தீ விபத்து அவனை அதிர்ச்சிக்கு உள்ளாக்கி இருப்பதுபோல்தான் தோன்று கிறது. அவன் கைதேர்ந்த நடிகனா அல்லது டேவிட்டுக்கு விரைவில் இப்படியொரு முடிவு ஏற்படுமென்று அவன் எதிர்பார்க்கவில்லையா, என்னவென்று புரியவில்லை. நான் போலீஸாரிடம் போக விரும்பவில்லை. நீங்கள் என் தம்பியிடம் பக்குவமாகப் பேசி, உண்மையை அறிய முயல வேண்டும்.

என்னைப் பொறுத்தவரையில் என் தம்பி குற்றவாளி அல்ல என்பதுதான்; அப்படியிருக்கக் கூடாது என்பதுதான் என் நம்பிக்கை. குற்றம் செய்தவர்கள் யாரென்று அறிந்துகொள்ள அவன் உதவக்கூடும்.'

அவர் எழுந்தார். எழுந்த பிறகுதான் அவர் நல்ல உயரமென்று ரவிக்குத் தெரிந்தது. இரட்டை நாடி சரீரம் என்பதால் உட்கார்ந்திருந்தபோது, அவ்வளவு உயரமானவராகத் தெரிய வில்லை.

'போகும்போது ஒன்று தெரிந்து கொள்ள விரும்புகிறேன் மிஸ் மாயா. நீங்கள் அவருக்குக் காரியதரிசியாகவா பணியாற்றினீர் கள்? டேவிட் தம்முடைய சுயசரிதையை உங்களுக்கு டிக்டேட் செய்து வந்தாரென்று நினைக்கிறேன்.'

'உங்களுக்கு எப்படித் தெரியும், அவர்தம் சுயசரிதையை எழுதி வருகிறாரென்று?' என்று கேட்டான் ரவி.

'எனக்கென்ன, அநேகமாக மார்க்கெட்டிலிருந்த அவர் நண்பர்கள் எல்லாருக்கும் தெரியும்.'

'எப்படித் தெரியுமென்பதுதான் என் கேள்வி.'

'வயதான காலத்தில் வேறு என்ன செய்வார்கள்? நாவலா எழுதப் போகிறார்கள்? டேவிட்டுக்குக் கற்பனை இலக்கியத்தில் நம்பிக்கையில்லை என்றும் எனக்குத் தெரியும்.'

'இப்பொழுதெல்லாம் சுயசரிதையும் கற்பனை இலக்கியமாகத் தானே ஆகிக் கொண்டு வருகிறது!' என்றாள் மாயா.

மாலிக் சிரித்துக்கொண்டே போய்விட்டார். அவர் கேட்ட கேள்விக்கு விடை கிடைக்கவில்லை என்பது பற்றி அவர் கவலைப்பட்டதாகத் தெரியவில்லை.

ரவி யோசனையிலாழ்ந்தான். மாலிக் கூறுவது உண்மையா? தம்பியின் மீதுள்ள கோபத்தின் காரணமாக அவனையும் இக்குற்றத்துடன் இணைக்க விரும்புகிறாரென்று சொல்ல முடியுமா? அவர் சொன்ன தகவல்கள் செய்தித் தாளில் வந்தவை தாம். சமூகப் பெரும் புள்ளிகள் சம்பந்தப்பட்டிருந்தார்கள் என்பதால், அதைப் பற்றிய விவரங்கள், செய்தித்தாளில் ஒரு நாள் வாழ்க்கையோடு, முடிந்துவிட்டன. அவர் தம்பி இந்தக் குற்றத்தைச் செய்திருக்க மாட்டானென்று அவர் நம்புகிறார். அப்படியிருக்கும்போது, இக்குற்றத்துடன் அவனை இணைக்க விரும்புகிறாரென்று அவர் செய்கைக்கு உள் நோக்கம் கற்பிக்க முடியுமா?

மாலிக் கூறுவது உண்மையானால், டேவிட் சுயசரிதை எழுதி வந்ததற்கும், தீ விபத்துக்கும் எந்த விதச் சம்பந்தமுமில்லை. மாலிக்கின் தம்பியின் நண்பர்களுக்கு, டேவிட்டின் அறையி லுள்ள எல்லாக் காகிதங்களும் வெந்து கருக வேண்டுமென்று என்ன அக்கறை? அவர் சுயசரிதையில் அவர்கள் இடம் பெறப் போவதில்லை என்று அவர்களுக்கு நிச்சயமாகத் தெரிந்திருக்க வேண்டும். அவர்கள் அவ்வளவு முக்கியமானவர்கள் அல்லர்.

'என்ன யோசித்துக் கொண்டிருக்கிறாய் ரவி?' என்று கேட்டான் தீபக்.

'பிரச்னை சிக்கலாகிக்கொண்டு வருவதுபோல் தோன்றுகிறது.'

'சிக்கலாகிக்கொண்டு வருகின்றதா? தெளிவாகிக்கொண்டு வருவதுபோல் எனக்குப் படுகிறது' என்றாள் மாயா.

'மாலிக்கின் தம்பியின் நண்பர்கள் இக்குற்றத்தைச் செய்திருப் பார்கள் என்கிறீர்களா?' என்றான் ரவி.

'எஸ். வாட் எல்ஸ்!'

ரவி அவனையே சிறிது நேரம் உற்றுப் பார்த்துக் கொண் டிருந்தான்.

அடுத்த நாள் காலைச் சிற்றுண்டி முடிந்த வுடன், தீபக் கூறினான்.

'முதலில் கான் மார்க்கெட் சென்று விசாரிக்கவேண்டும். மாலிக்கின் தம்பியை, மற்றவர்களை.'

'மாலிக்கின் தம்பியை வீட்டில் விசாரிப் பதைவிட, வெளியில் அழைத்துக் கொண்டு போய், வேறு எங்காவது விசாரிப்பதுதான், நல்லது' என்றான் ரவி.

'அவன் நம்கூட வரத் தயாராக இருப்பான் என்று நினைக்கிறாயா? நமக்கென்ன அதிகாரம் இருக்கிறது?'

'அவன் வீட்டில் விசாரிக்கத்தான் என்ன அதிகாரமிருக்கிறது? இதைச் சாமர்த்திய மாகச் சமாளிக்கவேண்டும்.'

'இந்தப் பொறுப்பை என்னால் ஏற்றுக்கொள்ள முடியும்' என்றாள் மாயா.

'நீங்கள் வருவது அவ்வளவு உசிதமில்லை என்று எனக்குப் படுகிறது' என்றான் ரவி.

'ஏன்?' அவள் குரலில் சிறிது எரிச்சல் தெரிந்தது.

'உங்களை எல்லாரும் அங்கு பார்த்திருக்கிறார்கள். நீங்கள் ஒரு மர்மப் பெண். உங்களெதிரே பேசுவதற்கு அவர்களுக்குக் கொஞ்சம் மனத் தடைகள் இருக்கலாம்.'

'அப்படியானால் இந்தக் கூட்டு முயற்சியில் என் பங்குதான் என்ன?'

'நாங்கள் சேகரித்து வருகின்ற செய்திகளை அலசி ஆராய உங்களுடைய கூர்மையான புத்தி உதவக் கூடும். மேலும் கான் மார்க்கெட்டுக்குத்தான் வர வேண்டாமென்றேன், மற்றைய இடங்களுக்கு அல்ல.'

'கான் மார்க்கெட்டில்தான் விடை இருக்கிறது. மற்றைய இடங்களுக்கு எதற்காகப் போக வேண்டும்?'

'இவ்வளவு அவசரமாக முடிவுக்கு வந்துவிடக்கூடாது. உங்க ளுடைய கூர்மையான புத்திக்கு நீங்கள் இன்னும் வேலை கொடுக்கவில்லை என்றுதான் நினைக்கிறேன்.'

'தீபக், நீங்கள் என்ன சொல்லுகிறீர்கள்?'

'ரவி சொல்லுவதில் பாயிண்ட் இருப்பதுபோல் எனக்குத் தோன்றுகிறது.'

'உங்கள் மனைவிக்குத் துணையாக ஓர் ஆள் இருந்தால் நல்லதென்று நினைக்கிறீர்கள், அப்படித்தானே?' என்று சிரித்துக் கொண்டே கேட்டாள் மாயா.

'நான்ஸென்ஸ். என்னால் என்னைப் பார்த்துக் கொள்ளமுடியும், நீங்கள் போங்கள்' என்றாள் அஞ்சலி.

'விளையாட்டுக்குச் சொன்னேன், கோபித்துக் கொள்ளாதீர்கள். இரண்டு அறிவாளிகள் சேர்ந்து நான்போவது உசிதமில்லை என்று சொல்லும்போது, அவர்கள் கூற்றுக்கு நான் மதிப்பு கொடுத்துத்தான் ஆகவேண்டும். நீங்கள் போய் வாருங்கள்.'

காரில் உட்கார்ந்ததும் தீபக் சொன்னான்: 'எ ஃபன்னி கேர்ள். என்ன சொல்லுகிறாய்?'

ரவி பதில் சொல்லவில்லை.

'என்ன பேசாமலிருக்கிறாய்?'

'மாலிக்கின் தம்பியிடம் எப்படிப் பேசுவது, நம் மீது அவனுக்கு எப்படி நம்பிக்கை வரச் செய்வது. இதுதான் இப்பொழுது நம்முடைய பிரச்னை.'

'நான் பேசுகிறேன். நீ பார்த்துக்கொண்டு இரு, அவனை என்னால் சமாளிக்க முடியும்.'

'நீ எளிதில் உணர்ச்சிவயப்பட்டு ஏதாவது சொல்லி விடுவாயோ என்பதுதான் என் பயம். ஆகவே நான் ஆரம்பிக்கிறேன். அப்புறம் பார்த்துக் கொள்ளலாம்.'

தீபக் ஒன்றும் கூறாமல் தோள்களைக் குலுக்கினான்.

அவர்கள் சென்றபோது, கடையில் உட்கார்ந்து கொண்டிருந்த வன் மாலிக்கின் தம்பி என்று முகஜாடையினின்றும் தெரிந்தது. நெடிய உருவம். ஆனால் உடம்பைப் பாதுகாக்கத் தெரிந்தவன் என்று புலப்பட்டது. நாற்பது வயதிருக்கலாம். தடித்த ஃப்ரேம் போட்ட கண்ணாடியுடன் பார்ப்பதற்கு ஒரு பேராசிரியரைப் போலிருந்தான். ரவி கற்பனை செய்திருந்த உருவத்துக்கும் இவனுக்கும் சம்பந்தமில்லாமல் இருந்தது. வெள்ளை குர்தா, பைஜாமா.

ரவி அவனை அணுகிக் கீழ்க்குரலில் நிதானமாகச் சொன்னான்: 'உங்களுடன் தனித்துப் பேச வேண்டும்.'

கண்களில் லேசாகக் கலவரத்தின் சாயை. உடனே சமாளித்துக் கொண்டு விட்டான்.

'எதைப் பற்றி?'

கடையில் கூட்டம் அதிகமில்லை. ரவி சுற்றுமுற்றும் பார்த்து விட்டுச் சொன்னான்: 'நான் உங்கள் நலனில் அக்கறை கொண்ட வன். என் பெயர் ரவி. டேவிட்டின் நண்பன்.'

சிறிது நேரம் மௌனம்.

'கடையில் உங்களுடன் நான் பேச விரும்பவில்லை. பக்கத்தில் அம்பாஸிடர் ஓட்டல் இருக்கிறது, போவோம்' என்றான் ரவி.

'நான் பேச விரும்பாவிட்டால்?'

'அது உங்களிஷ்டம். நான் உங்களை வற்புறுத்த விரும்ப வில்லை. இவன் என் நண்பன் தீபக். பத்திரிகைக்காரன். உங்கள் பெயர் எனக்குத் தெரியாது. ஷம்புநாத்தின் தம்பி என்று மட்டும் தெரியும்.'

'விநோத். சரி வாருங்கள், போகலாம்.'

ஓட்டலில் ஒரு தனி இடத்துக்குச் சென்று மூவரும் அமர்ந்தார்கள்.

ஓட்டல் சிப்பந்தியிடம், காபிக்கு ஆர்டர் கொடுத்தான் ரவி.

ஐந்து நிமிஷங்கள் வரை ஒருவரும் பேசவேயில்லை. பிறகு விநோத் சொன்னான்: 'ரவி என்று சொன்னால் மட்டும் போதாது. என்ன செய்கிறீர்கள்?'

'அது முக்கியமில்லை. நீங்கள் தெரியாத்தனமாக வம்பில் மாட்டிக் கொண்டிருக்கலாம். ஆனால், திட்டமிட்டுக் குற்றம் செய்ய மாட்டீர்கள் என்பது என்னுடைய அசையாத நம்பிக்கை. டேவிட் உங்களைப் பற்றி நிறைய என்னிடம் சொல்லியிருக்கிறார்.'

'என்ன சொல்லியிருக்கிறார்?'

'சமூகப் பெரும் புள்ளிகள் உங்களுடைய சிநேகிதர்கள் என்று சொல்லிக் கொள்வதில் உங்களுக்குப் பெருமையென்று. ஆனால், அடிப்படையில் நீங்கள் மிகவும் நல்லவர் என்பதுதான் அவருடைய அபிப்பிராயம்.'

அவன் விரலிலிருந்த மோதிரத்தை, இன்னொரு கையினால் உருட்டிவிட்டுக் கொண்டிருந்தான். பெரிய நீலக்கல் பதித்த மோதிரம்.

'உங்களுக்கு ஏதாவது பிரச்னையோ அல்லது சந்தேகங்களோ இருந்தால், என்னுடன் நீங்கள் அவற்றைத் தாராளமாகப் பகிர்ந்து கொள்ளலாம். உங்களுக்கு உதவி செய்ய வேண்டுமென்பதுதான் எங்கள் நோக்கம்.'

'பத்திரிகைக்காரரை எதற்காக அழைத்துக் கொண்டு வந்திருக் கிறீர்கள்? இது உதவியா?'

'பத்திரிகைக்காரன் என்ற முறையில் நான் வரவில்லை. டேவிட் எனக்கு மிகவும் வேண்டியவர். உங்களுக்கும் உங்கள் சகோதர ருக்கும் நடந்த தகராறில் சமரசம் செய்து வைத்தார் என்றுகூட எனக்குத் தெரியும். நாம் அனைவரும் அவருக்கு மிகவும் கடமைப்பட்டிருக்கிறோம். முந்தா நாள் பின்னிரவில் ஏற்பட் டது. எதேச்சையான தீ விபத்தில்லை என்றால், இந்தப் பிரச்னையைத் தீர்ப்பதற்கு நம் அனைவருக்கும் பங்கு உண்டு' என்றான் தீபக்.

'எதேச்சையான தீ விபத்தில்லை என்று எப்படி உங்களுக்குத் தெரியும்? போலீஸ் அறிக்கை எதேச்சையான தீ விபத்து என்றுதானே கூறுகிறது?'

'போலீஸ் வெளியே இவ்வாறு அறிவித்துவிட்டு ரகசியமாக விசாரித்துக் கொண்டிருக்கிறார்கள்' என்றான் ரவி.

'அது எப்படி உங்களுக்குத் தெரியும்?'

'விஷயம் அறிந்த பத்திரிகைக்காரன் என்ற முறையில் எனக்குத் தெரியும். சம்பந்தப்பட்டவர்கள் பெரிய அரசியல் புள்ளிகள். அவர்கள் கட்சியிலேயே அவர்களுக்கு எதிரிகள் உண்டு. கண்ணும் காதும் வைத்தாற்போல் விசாரிக்கவேண்டுமென்று மேலிடத்திலிருந்து கட்டளை. அரசியல் தேவைகள்தாம், அரசியல்வாதிகளை முக்கியமாக்குகின்றன. சம்பந்தப்பட்ட இரண்டு அரசியல் பிரமுகர்களால் அந்த அரசியல் கட்சிக்கு லாப நஷ்ட கணக்கு விவகாரத்தில், நஷ்டந்தான் என்றாகிவிட்டால், அந்த அரசியல் பிரமுகர்களை சூடான செங்கல்லைத் தூக்கித் 'தொப்'பென்று கீழே போடுவதுபோல், தியாகம் செய்யத் தயங்காமலிருப்பதுதான் இன்றைய அரசியல் தர்மம். அப் பொழுது தங்களைக் காத்துக்கொள்ள, உங்கள் நண்பர்கள் உங்களைப் பலி ஆடாக ஆக்கினாலும் ஆச்சரியப்படுவதற் கில்லை' என்றான் தீபக்.

ரவி, தீபக்கைப் பாராட்டுணர்வோடு பார்த்தான். மிக அழகாக, தெளிவாக, நிதானமாக தீபக் பேசியது எதிர்பார்த்த பலனைத் தந்தது.

விநோத், குனிந்துகொண்டு, தன் கைகளினால் முகத்தை மூடிக் கொண்டான்.

சிப்பந்தி காபியைக் கலந்து, 'மிஸ்டர் விநோத். சர்க்கரை இரண்டு ஸ்பூனா, ஒரு ஸ்பூனா?' என்று கேட்டான்.

விநோத்தின் முகம் சிவந்திருந்தது. பலஹீனமான குரலில் சொன்னான்: 'இரண்டு.'

'என்னை என்ன செய்ய வேண்டுமென்கிறீர்கள்?' என்றான் சில விநாடிகளுக்குப் பிறகு.

'நடந்ததைச் சொல்லுங்கள். உள்துறை இலாகாவில் எனக்கு உயர்மட்டத்தில் பலரைத் தெரியும். என்னால் உங்களுக்கு உதவி செய்ய முடியும். இதற்கு முன்னால் என் மனத்தை நானே தெளிவு படுத்திக் கொள்ள வேண்டும். உங்களுக்கும் இந்தத் தீ விபத்துக் கும் ஒரு சம்பந்தமுமில்லையே?' என்றான் தீபக்.

'சத்தியமாக இல்லை. டேவிட்டின் மீது எனக்குக் கோபம் இருந்தாலும், அவரைக் கொலை செய்யுமளவுக்கு நான் பகவான் ஆணையாகத் துணியமாட்டேன்.'

'இந்தத் தீவிபத்து எதேச்சையானதில்லை என்று நினைக்கின் றீர்களா?' என்றான் ரவி.

'சொல்லுங்கள். எங்களுக்கு எல்லாம் தெரியும்.'

'எப்படி?'

'அதைப்பற்றிக் கவலைப்படாதீர்கள். நீங்கள் மேலே சொல் லுங்கள்.'

'போலீஸிடம் எல்லா விஷயங்களையும் சொல்லும்படி கட்டாயப்படுத்தினார். எனக்கு அந்த விவகாரம் ஒரு கெட்ட சொப்பனம் மாதிரி இருந்தது. இருந்தாலும், நானும் சம்பந்தப் பட்டிருந்தேன் என்பதால், அவர் கூறியதைக் கேட்க மறுத்தேன். அவர் உள்துறை அமைச்சரிடம் இதுபற்றிப் பேசப் போவதாக எச்சரிக்கை செய்தார். நான் உடனே சம்பந்தப்பட்டவர்களிடம் இதுபற்றிச் சொல்லப் போனேன். அவர்கள் என்னை முதுகெலும் பில்லாத கோழை என்றும், பெரிய இடத்தில் சமாளித்துக்கொள்ள அவர்களுக்குத் தெரியுமென்றும், என்னை ஏளனம் செய்து

அனுப்பிவிட்டார்கள். அவர்கள் நான் போனபோது, சண்டி கருக்குச் செல்ல பயணமாகியிருந்தார்கள். ஆகவே இந்தத் தீ விபத்தில் அவர்களுக்குப் பங்கிருக்குமா என்று எனக்குப் புரிய வில்லை.'

'ஏன் பயணத்தை ரத்து செய்திருக்க முடியாது?' என்று கேட்டான் ரவி.

'அந்த அரசியல் பிரமுகர் பஞ்சாப் அமைச்சரவையில் இடம் பெற முயற்சி செய்து கொண்டிருந்தார். அது சம்பந்தமாகத்தான் இந்தப் பயண ஏற்பாடு. டேவிட்டைப் பற்றி அவர்கள் கொஞ்சம்கூட கவலைப்பட்டதாகவே தெரியவில்லை.'

'அவர்களே வந்து தீ மூட்ட வேண்டுமென்று அவசியமா? வேறு ஏற்பாடு செய்துவிட்டுப் போயிருக்கலாம்' என்றான் தீபக்.

'டேவிட்டின் அறை உள்பக்கமாகத் தாளிடப்பட்டிருந்தது. பின்னால் பைப் லைன் வழியாக ஏறி ஜன்னல் வழியாக உள்ளே குதித்து தீ மூட்டிவிட்டு ஒருவன் சென்றான் என்று வைத்துக் கொண்டாலும், செளக்கிதாரின் பார்வையினின்றும், அவன் எப்படித் தப்பியிருக்க முடியும்? தீ பற்றி எரியும்போது, டேவிட் விழித்துக்கொண்டிருந்தால் சத்தம் போடாமல் இருந்திருப்பாரா? அவர் குடித்துவிட்டு நினைவில்லாமல் தூங்கினார் என்றும் கொள்ள முடியாது. ஏனென்றால் அவர் அறையிலிருக்கும்போது குடிப்பது கிடையாது அல்லது இது தற்கொலைதானா? பல கேள்விகள் எழுகின்றன.'

'அவர் தற்கொலை செய்து கொண்டிருப்பாரென்று நினைக்கிறீர் களா?' என்று கேட்டான் ரவி.

'அப்படிச் செய்யக் கூடியவர் அல்லர். இதனால்தான் பிரச்னை இன்னும் சிக்கலாகின்றது.'

'டேவிட் தம்முடைய சுயசரிதையை எழுதி வந்தார் என்று உங்களுக்குத் தெரியுமா?' என்று கேட்டான் ரவி.

'தெரியும். ஒரு பெண் அதை டைப் அடிக்க வருவதுண்டு. அவள்...'

'சொல்லுங்கள்.'

'இந்தியப் பெண்ணாகத் தெரியவில்லை. வெளிநாட்டுப் பெண் என்று நினைக்கிறேன்.'

'ஒரு வெளிநாட்டுப் பெண்ணைத் தமது வயதான காலத்தில் காரியதரிசியாக அவர் அமர்த்திக்கொண்டது உங்களுக்கு ஆச்சரிய மாக இல்லையா?'

'இல்லை என்று நான் மறுக்க விரும்பவில்லை. வெளிநாட்டுப் பெண்கள் இப்படிக் காரியதரிசியாக வந்து பணக்காரக் கிழவர் களை மணம் செய்துகொண்டு விடுவதைப் பற்றியும் நாம் கேள்விப்படுகின்றோம். ஏன் வெளிநாட்டுப் பெண்கள்? நம் நாட்டிலேயே நடக்கிறது. என் சகோதரியின் மனைவி எங்கள் கடைக்கு ஸேல்ஸ் கேர்ளாக வந்தவள்தான்.'

'டேவிட்டை ஒரு பணக்காரக் கிழவர் என்று சொல்ல முடியுமா?' என்றான் தீபக்.

'தெரியாது அவருக்கு ஏதோ ஒரு ஜப்பானியச் செய்தி நிறுவனம் நிதி உதவி செய்து வந்ததென்று மட்டும் தெரியும். முன்பு வேலை செய்ததற்கா, அல்லது இப்பொழுதும் வேலை செய்து வந்தாரா, அதுவும் எனக்குத் தெரியாது.'

'அவர் எந்த பேங்கில் கணக்கு வைத்துக்கொண்டிருந்தார் என்று தெரியுமா?' என்றான் ரவி.

'கான் மார்க்கெட், பேங்க் ஆஃப் இந்தியா என்று நினைக்கிறேன். ஒரு சமயம் அவருக்காகப் பணம் வாங்கி வர என் கடைப் பையனை அனுப்பியிருக்கிறேன். சரி. இப்பொழுது நான் என்ன செய்ய வேண்டுமென்கிறீர்கள்? போலீஸார் ரகசியமாக விசாரித்து வருகிறார்கள் என்றால், நான் அவர்களிடம் சென்று எல்லாவற்றையும் சொல்லிவிடுவதுதான் விவேகம் என்கிறீர் களா?'

'இப்பொழுது வேண்டாம். உங்கள் போன் நெம்பரைக் கொடுங் கள். பிறகு பேசிக் கொள்ளலாம்.'

விநோத் பர்ஸைத் திறந்து கார்டைக் கொடுத்தான்.

அவர்கள் காரில் திரும்பிப் போகும்போது, தீபக் ரவியைக் கேட்டான்: 'இவனை நம்பலாமா?'

'நம்பலாமென்றுதான் தோன்றுகிறது. அவன் எழுப்பிய அந்தக் கேள்விகள், நியாயமான கேள்விகள். இதற்குத்தான் நான் அப்பொழுதே சொன்னேன், பிரச்னை சிக்கலாகிக்கொண்டு வருகிறதென்று, டேவிட்டைப் பற்றி ஒரு விவரமும் தெரியாமல், அந்த அரசியல் பிரமுகர்கள், கான் மார்க்கெட்டுக்குச் சென்று அவர் அறைக்குத் தீ மூட்டி வரும்படி யாரையாவது அனுப்புவார்களா? இது திட்டமிட்டுச் செய்யப்படவேண்டிய காரியம். விநோத் போய் அவர்களிடம் சொன்னவுடனேயே, அன்றிரவே நடந்திருக்க முடியாது.'

'விநோத்தை எந்த அளவுக்கு நாம் நம்புகின்றோம் என்பதைப் பொறுத்த விஷயம். இது.'

ரவி பேசாமலிருந்தான்.

தீபக் கேட்டான்: 'விநோத்தே இதைச் செய்திருந்தால்?'

'அந்தக் காரை ஓட்டிக் கொண்டு சென்றானே தவிர, அந்தப் பெண் மாடியிலிருந்து தள்ளப்பட்டிருந்தால், அதற்கும் அவனுக்கும் எந்தவிதச் சம்பந்தமுமில்லை. தள்ளப்பட்டிருப் பாளோ என்ற குற்ற உணர்வினால் அன்று அவன் தன் மனசாட்சிப் பிரச்னையை அண்ணனிடம் சொல்லியிருக் கிறான். ஒரு சின்ன வம்பிலிருந்து தப்பித்துக் கொள்வதற்காக, ஒரு பெரிய தப்பை அவன் செய்திருப்பானென்று நான் நம்பத் தயாராக இல்லை.'

'அந்த அரசியல் பெரும்புள்ளிகளும் செய்திருக்க மாட்டார்கள். விநோத்தும் செய்திருக்க முடியாது. அப்படியென்றால் அவர் எழுதி வந்த சுயசரிதையில் இதற்கு விடை இருக்கக் கூடுமென் கிறாயா?'

'இருக்கலாம். மாயாவைக் கேட்டால் தெரியும்.'

'எஸ். மாயாவின் அறையில் யாரோ எதையோ தேடியிருக்கி றார்கள். அந்தச் சுயசரிதையின் நகல்கள் இருக்குமோ என்ற சந்தேகமாக இருக்கலாம். டேவிட்டின் அறையில் எல்லாம் வெந்து கருகிவிட்டன என்பதோடு அவர்கள் திருப்தி அடைய வில்லை.'

ரவி மௌனமாகச் சிந்தித்துக் கொண்டிருந்தான்.

அவர்கள் வீட்டை அடைந்தபோது, ஹாலில் இரண்டு பேர் உட்கார்ந்து கொண்டிருந்தார்கள். அவர்களைப் பார்க்கும்போது, அரசியல் கட்சியைச் சேர்ந்தவர்கள் என்று தெரிந்தது.

அஞ்சலியும் மாயாவும் அவர்களுடன் பேசிக் கொண்டிருந்தனர்.

தீபக்கையும் ரவியையும் கண்டதும், வந்தவர்கள் எழுந்து நமஸ்தே என்று சொல்லிவிட்டுப் புன்னகை செய்தார்கள்.

'ஒரு சுவாரஸ்யமான வியாபாரத்துக்காக இவர்கள் வந்திருக் கிறார்கள்' என்றாள் மாயா.

8

ரவிக்கு அவர்களைப் பார்த்ததும், மாயா தங்கியிருந்த விடுதியில் வரவேற்புப் பெண் சொன்னது, நினைவுக்கு வந்தது. 'நடுத்தர வயதுக்காரர்கள். ஒருவருக்கு ஆக்ரோஷமான மீசை. இன்னொரு வருக்கில்லை!' அவர்களேதான்.

'வியாபாரப் பேச்சைத் தொடங்கலாமே' என்றான் தீபக், சோபாவில் உட் கார்ந்ததும்.

'வியாபாரமில்லை. எல்லாருக்கும் ஒரு செளகர்யமான ஏற்பாடுதான். என் பெயர் அனில்குமார், இவன் பெயர் தெளலத் ராம்' என்றான் மீசையில்லாதவன்.

'நீங்கள் மாயாவைத் தேடிக்கொண்டு அந்த விடுதிக்குச் சென்றவர்களோ?' என்று கேட்டான் ரவி.

'ஆமாம்.'

'மாயா இங்கு வந்து விட்டாளென்று உங்களுக்கு எப்படித் தெரியும்?' என்றான் ரவி.

'தனக்கு ஏதாவது கடிதம் வந்தால் இந்த முகவரிக்குத் திருப்பி அனுப்பும் படியாக இன்று மாலை அந்த விடுதிக்கு போன் செய்திருக்கிறார். நாங்கள் இவரைத் தேடிக் கொண்டு மறுபடியும் அங்கு சென்றபோது, கடிதத்துக்குப்பதிலாக எங்களை அனுப்பி விட்டார்கள்' என்றான் அனில் குமார் சிரித்துக்கொண்டே.

ரவி, மாயாவைப் பார்த்தான்.

'நான் போன் செய்தது வாஸ்தவந்தான். நேற்று சண்டை போட்டிருக்கலாம். ஆனால் எனக்கு வரும் கடிதங்களை என் புதிய முகவரிக்குத் திருப்பி அனுப்பாமலிருக்கும் அளவுக்கு இந்தியர்கள் மோசமானவர்கள் என்று நான் நினைக்கவில்லை.'

'இதுதானா நீங்கள் போன் செய்ததற்குக் காரணம்?' என்றான் ரவி.

'வேறென்ன காரணமென்று நினைக்கின்றீர்கள்?'

'நீங்கள் செய்தது ஒரு வகையில் நல்லதுதான்.'

'வியாபாரம் பேச இவர்கள் வந்திருக்கிறார்கள்' என்றான் தீபக்.

'மறுபடியும் வியாபாரம் என்று சொல்லாதீர்கள், ஏற்பாடு.'

'என்ன ஏற்பாடு?'

'டேவிட்டின் சுயசரிதைய மாயா டைப் செய்து வந்திருக்கிறார் என்று எங்களுக்குத் தெரியும். மாயா ஒரு கெட்டிக்காரப் பெண் என்றும் நாங்கள் அறிவோம். அந்தச் சுயசரிதையின் நகல்கள் இருந்தால் எங்களிடம் ஒப்படைக்க வேண்டுகிறோம். இதற்கு வெகுமதியாக நாங்கள் அவர் கேட்கும் தொகையைத் தரத் தயாராக இருக்கிறோம்.'

'நீங்கள் யார் சார்பாகப் பேரம் பேச வந்திருக்கிறீர்கள்?' என்றான் தீபக்.

'இதற்குப் பதிலை எதிர்பார்க்கின்றீர்களா?' என்று புன்னகை யுடன் கேட்டான் அனில் குமார்.

'நீங்கள் மாயாவின் அறையில்தான் தேடிப் பார்த்துக் கிடைக்கவில்லை என்று போய்விட்டீர்களே!' என்றான் ரவி.

'நாங்கள் தேடிப் பார்த்தோமா எங்கே?'

'மாயா இருந்த விடுதி அறையில்?'

'வாட் நான்ஸென்ஸ்! மாயா இல்லை என்றதும் நாங்கள் போய்விட்டோம்.'

'மாயாவின் அறையில் அவள் பொருள்கள் அலங்கோலமாக இருக்கக் காரணம்?' என்று கேட்டான் ரவி.

'எங்களுக்கு எப்படித் தெரியும்?'

'அப்படியானால் தேடியவர்கள் இன்னொரு கோஷ்டியா?' என்று வினவினான் தீபக்.

'என்னிடம் நகல்கள் இல்லை. அவ்வளவுதான் என்னால் சொல்ல முடியும்' என்றாள் மாயா.

'டேவிட்டின் சுயசரிதையில் உங்களுக்கு ஏன் இவ்வளவு அக்கறை?' என்று கேட்டான் தீபக்.

'மாயாவைக் கேளுங்கள். அவருக்குத் தெரியும்.'

'எனக்கொன்றும் தெரியாது.'

'இந்திய அராசாங்கம் ஒரு ஜப்பானியக் கம்பெனியுடன் பத்து கோடி ரூபாய்க்கு ஒரு வியாபார ஒப்பந்தம் செய்து கொண்டிருக் கிறது. வியாபார ஒப்பந்தம் என்றால் உங்களுக்குத் தெரிந்தது தான். அரசாங்கப் பெரும்புள்ளி ஒன்று இதனால் தூக்கமில்லாமல் தவிக்கிறது. இந்த விவகாரம் ஜப்பானியர் மூலமாகவே டேவிட்டுக்குத் தெரிய வந்திருக்கிறது. அந்தப் பெரும்புள்ளியை டேவிட் ஒரு சமயம் சந்தித்தபோது, 'இந்தியாவுக்குச் சுதந்தரம் கிடைத்திருப்பது உங்களைப் போன்றவர்களுக்குத்தானா?' என்று கேட்டிருக்கிறார். சுயசரிதையில் இதுவும் இடம் பெற்றி ருக்கலாமென்ற அவருடைய பீதியை நீங்கள் புரிந்துகொள்ள வேண்டும். இது வெளியே தெரிய வந்தால் அவருக்கு அரசியல் எதிர்காலமில்லை. அவருடைய எதிர்காலத்துக்கு விலையுண்டு என்பதினால்தான், நாங்கள் அவர் சார்பாகப் பேரம் பேச வந்திருக் கிறோம்' என்றான் அனில் குமார்.

'வெறும் யூகங்கள் அவருடைய எதிர்காலத்தை எப்படிப் பாதிக்க முடியும்?' என்றான் ரவி.

'வெறும் யூகங்கள் மட்டுமில்லை. டேவிட்டிடம் இதற்கு வேண்டிய சாட்சி நிரூபணங்களும் இருந்திருக்கின்றன.'

'தீ விபத்தில் எல்லாம் வெந்து கருகிவிட்டன என்கிறார்களே, அப்படியிருக்கும்போது, உங்களுக்கு என்ன பயம்?' என்றான் தீபக்.

'அவற்றின் போட்டோ பிரதிகள் மாயாவிடம் இல்லை என்று என்ன நிச்சயம்?'

'நான் வெளிநாட்டைச் சேர்ந்தவள். உங்கள் நாட்டு அரசியல் ஊழல்களைப் பற்றி எனக்கென்ன அக்கறை?'

'நீங்கள் வெளிநாட்டைச் சேர்ந்தவர் என்பதால்தான் நாங்கள் கவலைப்படுகிறோம். மூன்று மாதங்களுக்கு முன்பு திடீரென்று முளைத்து, டேவிட்டின் சுயசரிதையை டைப் செய்ய வேண்டுமென்று உங்களுக்கு என்ன அக்கறை?'

'இது உங்களுக்குச் சம்பந்தமில்லாத விஷயம்.'

ரவி குறுக்கிட்டான்.

'டேவிட்டின் அறையில் ஏற்பட்டது, எதேச்சையான தீ விபத்தில்லை. அவருடைய சுயசரிதையின் பிரதிகளை எரிப்பதற் காகவும் அவரை ஒரேயடியாகத் தீர்த்துக் கட்டுவதற்காகவும் மூட்டிவிடப்பட்ட தீ என்று ஒரு குற்றச்சாட்டு வந்தால், உங்களுடைய பெரும்புள்ளி என்ன செய்யப் போகிறார்?'

அனில் குமார் சிறிதுநேரம் மௌனமாக இருந்தான். ரவி நேரடியாகக் கேட்டுவிட்ட இக்கேள்வி அவனைச் சிறிது அதிர்ச்சிக்குள்ளாக்கியது. அவன் முகத்தினின்றும், இந்த மாதிரி ஒரு குற்றச்சாட்டு எழக் கூடுமென்று அவன் எதிர்பார்க்கவில்லை என்றுதான் தோன்றியது.

'எதிர்காலத்தைப் பற்றி அக்கறை கொண்ட ஓர் அரசியல்வாதி இப்படியொரு காரியத்தைச் செய்திருப்பாரென்று நீங்கள் நினைக்கிறீர்களா?'

அவன் தனக்குத்தானே இந்தக் கேள்வியைக் கேட்டுக் கொள்வது போலிருந்தது.

'அதிகாரமிருந்தால் எதை வேண்டுமானாலும் செய்ய இக்காலத் தில் தயங்கமாட்டார்கள்' என்றான் தீபக்.

அனில் ஹிந்தியில் பேச ஆரம்பித்தான். மாயாவுக்குப் புரியக் கூடாதென்ற காரணத்துக்காக இருக்கலாம்.

'டேவிட், அவரிடம் தமக்கு விஷயம் தெரியும் என்று சொன்ன பிறகுதான், டேவிட் சுயசரிதையை எழுதி வருகிறாறென்ற தகவல் தெரிய வந்தது. ஒரு வெளிநாட்டுப் பெண்டைப் செய் கிறாள் என்றும் அறிந்தோம். ஹாங்காங்கிலிருந்து வந்திருக் கிறாள் என்று தெரிந்து கொண்டவுடன், இவளுக்கு ஒரு விலை இருக்கக்கூடுமென்று உறுதிகொண்டு பேரம் பேசலாமென்று நினைத்து, அதைச் செயல்படுத்துவதற்கு முன்பு, இந்தத் தீ விபத்து ஏற்பட்டுவிட்டது.'

'என்ன பேரம் பேச நினைத்தீர்கள்?'

'டேவிட் எழுதும் சுயசரிதையின் நகல்களை அவ்வப்பொழுது எங்களுக்குக் கொடுத்து வரவேண்டும். இதில் எங்கள் தலை வரைப்பற்றி குறிப்பிட்டிருக்கலாம். அல்லது குறிப்பிடா மலேயே இருந்திருக்கலாம். குறித்திருந்தால், அதை நீக்குவது எப்படியென்று நாங்கள் பார்த்துக்கொள்வோம். அதைப்பற்றி குறிப்பிடாமல், அவருடைய அரசியல் எதிரிகளைப் பற்றி இருந்தால் தெரிந்து கொள்வது. எப்படியும் டேவிட் தம் வாழ்நாளிலேயே இந்தச் சுயசரிதையைப் பிரசுரத்துக்கு ஏற்பாடு செய்யமாட்டாரென்றும் எங்களுக்குத் தெரியும். ஆனால் அவர் எழுதிவரும் போதே எங்கள் தலைவரின் அரசியல் எதிரிகள், இந்தப் பெண்ணிடம் வியாபாரம் நடத்தி, எங்கள் தலைவருடைய விவகாரங்களை வெளிக் கொணர்ந்துவிட்டால் என்ன செய்வ தென்று பயமும் இருந்தது. தீ விபத்து எதேச்சையாக ஏற்பட் டிருக்கலாம், அல்லது வேறு யாரோ செய்திருக்கலாம். எங்களைப்போல் பலருக்கு டேவிட் சுயசரிதையை எழுதுகிறா ரென்ற செய்தி, அச்சத்தைத் தந்திருக்கிறதென்று நீங்கள் உணர வேண்டும். ஆனால் என்னால் ஒன்று உறுதியாகச் சொல்ல முடியும். தீ விபத்துக்கும் எங்களுக்கும் எந்தவிதச் சம்பந்தமு மில்லை.'

'நான் இங்கே இருக்கும்போது எனக்குப் புரியாத மொழியில் நீங்கள் பேசுவது நியாமில்லை' என்றாள் மாயா.

'ஒரு பெண்ணைச் சுலபமாக விலை கொடுத்து வாங்க முடியு மென்று இவர் கூறுகிறார், நீங்கள் பார்த்துக்கொண்டு இருக்கிறீர் களே, இது நியாயமா?' என்று சீறினாள் அஞ்சலி.

'பெண் மட்டுமல்ல, ஆணுக்கும் விலையுண்டு, அந்த விலை என்ன என்று தெரிந்துகொள்வதுதான் வியாபாரம்' என்றான் அனில்.

'அப்படியானால் டேவிட்டை விலை கொடுத்து வாங்க ஏன் முயற்சி செய்யவில்லை?' என்றாள் அஞ்சலி.

'விலை என்றால் பணம், பொருள் என்று மட்டும் அர்த்தமல்ல, ஒருவருடைய தன்முனைப்புக்குத் தொடர்ந்து தீனி போட்டுக் கொண்டே இருக்கவேண்டியிருக்கும் இன்னொருவர் தாம் நேசிப்பதற்கு ஒருவர் கிடைக்கமாட்டாரா என்று ஏங்கிக் கொண்டிருப்பார். டேவிட் ஒதுங்கியிருந்து, உலகத்தைக் கோபம், ஏமாற்றம் ஆகியவை கலந்த ஒரு விரக்தி உணர்வுடன் பார்த்துக் கொண்டிருந்தார். எனக்கு நேரம் கிடைத்திருந்தால் அவரிடம் பரிபக்குவமாகப் பேசி, அவரையும் என்னால் சமாளித்திருக்க முடியும். ஆனால், இது நீண்டகாலத் திட்டம். நான் எங்கள் தலைவரிடம் இந்த யோசனையைத்தான் முதலில் சொன்னேன். ஆனால், அவருக்குப் பொறுமையில்லை. அதனால்தான் மாயாவிடம் வியாபாரத் தொடர்பு கொள்வ தென்று தீர்மானித்தோம்.'

மாயா திடீரென்று எழுந்தாள். அவள் முகம் கோபத்தால் சிவந்திருந்தது.

'மிஸ்டர் தீபக். ஐ ஆம் லீவிங் திஸ் ப்ளேஸ்.'

'ஏன்?'

'யரோ ஒரு பாஸ்டர்ட் என்னை இங்க வந்து அவமானப்படுத்திக் கொண்டிருக்கிறான். இதைப்பற்றி நீங்கள் யாரும் கவலைப் படுவதாகத் தெரியவில்லை.

அவனோடு விவாதம் செய்து கொண்டிருக்கிறீர்கள். வொய் டோன்ட் யூ ஆஸ்க் ஹிம் டு கெட் அவுட்.'

'இதுதான் என்னுடைய அபிப்பிராயமும். ஆரம்பத்திலிருந்து இவரை இப்படிப் பேச அனுமதித்திருக்கக் கூடாது லெட் யூ அன்ட் யுவர் லீடர் கோ டு ஹெல். கெட் அவுட்' என்றாள் அஞ்சலி.

அனில் குமார் கோபப்படாமல், புன்னகை செய்தது ரவிக்குச் சிறிது ஆச்சரியத்தைத் தந்தது. ஃப்ரொஃபெஷனல் ட்ரபில் ஷூட்டர். பொறுமை, நிதானம், சொல்லாற்றல், ஹாஸ்ய உணர்வு, புத்தி சாலித்தனம். அனைத்தும் அவனிடம் கூடியிருந்தன. அரசியல் வாதிகளிடம் ஒட்டிக்கொண்டு தன் திறமையை இவன் ஏன் வீணடிக்கின்றான்? இந்தக் காலத்தில் வெற்றி என்றால், பொருளா தார வெற்றி, அதிகார உணர்வு, இந்த வெற்றிதான் இவனுக்குத் தேவைப்படுகின்றது. இல்லாவிட்டால், தன்னைப்போல் ஒரு பல்கலைக்கழக ஆசிரியராக இருந்துவிடலாம். இங்கும் அரசியல் புகுந்து விடவில்லை என்று யார் சொன்னார்கள்? துணைவேந்தர் பதவி ஏலத்துக்கு விடப்படுகின்றது!

அஞ்சலியின் கோபம், பெண்மையின் சீற்றம். இது அவனுக்குப் புரிகிறது. மாயா இப்படி உணர்ச்சிவயப்படுவாளென்று அவன் எதிர்பார்க்கவில்லை.

இது அவளைப் பாதிக்கின்ற விஷயமென்றிருந்தாலும், கிண்டல் உணர்வு இழைந்தோட, 'வியாபாரம் பேச வந்திருக்கிறார்கள்' என்றவள், திடீரென்று சினம் கொண்டு. இந்த வீட்டை விட்டுப் போய்விடுதாகக் கூறும் அளவுக்குப் பொங்கி எழுவாளென்று அவன் எதிர்பார்க்கவில்லை. 'வெளிநாட்டுப் பெண். அவளுக்கு விலையுண்டு' என்று மிகவும் கொச்சையான மொழியில் சொன்னதுதான் அவள் ஆத்திரத்துக்குக் காரணமாக இருந்திருக்க வேண்டும்.

மாயா டேவிட்டின் பேத்தி என்று இவனுக்குத் தெரியாது என்று உறுதியாகிறது. ஹாங்காங்கிலிருந்து வந்திருப்பவள். ஜப்பானி யர்களே, இவளை அனுப்பியிருக்கலாமென்று இவன் நினைத்துக் கொண்டிருக்கலாம். இல்லாவிட்டால், இவன் சொல்வதுபோல், மூன்று மாதத்துக்கு முன்பு திடீரென்று முளைத்து, டேவிட்டின் சுயசரிதையை டைப் செய்ய இவள் வருவானேன்? அவனுடைய சந்தேகம் நியாயமானதுதான். மாயா, டேவிட்டின் பேத்தி என்று தெரியாத காரணத்தால் ஏற்பட்ட சந்தேகம்.

அவனிடம் இந்தத் தகவலை இப்பொழுது சொல்லிவிடுவது விவேகம்தானா? பேத்தி என்று அறிவித்து, தீ விபத்தைப்பற்றி மறுபடியும் விசாரிக்க மாயா கோர வேண்டுமென்று நேற்று தீர்மானம் செய்தனால், இச்செய்தியை இப்பொழுதே இவனிடம் சொல்லிவிடுவதில் என்ன தவறு?

'மேலே தாண்டிச் செல்ல முடியாததொரு எல்லையை நாம் அடைந்துவிட்டோம்' என்றான் தீபக்.

'டெட் என்ட் என்பதே என் அகராதியில் கிடையாது' என்றான் அனில் குமார் சிரித்துக்கொண்டே.

'உங்கள் நண்பர் ஏன் வாயைத் திறவாமல், மௌனமாக உட்கார்ந்திருக்கிறார்?' என்று கேட்டான் ரவி.

'இந்த இடத்துக்கு இவன் தேவையில்லை. உண்மைதான். வெளியே வரும்போது சட்டை அணிவதுபோல், நான் எங்கு சென்றாலும், இவன் என்கூட வருவதென்பது ஒரு பழக்கமாகி விட்டது.'

'ரவி, யு ஆர் ஜஸ்ட் டாக்கிங் நான்ஸென்ஸ். ஆஸ்க் தெம் டு கெட் அவுட்' என்றாள் அஞ்சலி.

'அவர்கள் என்னைச் சிறுமைப்படுத்துவது ரவிக்குப் பிடித் திருக்கிறது போலிருக்கிறது' என்றாள் மாயா.

'ப்ளீஸ். நீங்கள் இப்படி உணர்ச்சிவயப்பட்டுப் பேசுவது எனக்கு ஆச்சரியமாக இருக்கிறது. உங்களுடைய இயல்பான நகைச் சுவை உணர்வு வேண்டியதொரு சந்தர்ப்பத்தில், உங்களை விட்டு இவ்வளவு சுலபமாக விடைபெறுமென்று நான் எதிர் பார்க்கவில்லை.'

மாயா திடீரென்று சிரிக்க ஆரம்பித்தாள். எழுந்து நின்று கொண்டிருந்தவள் உட்கார்ந்தாள்.

'ஸோ மிஸ்டர் அனில், வாட் ஈஸ் யுவர் ஆஃபர்?' என்றாள், கால் மேல் காலைப் போட்டுக்கொண்டு முழங்காலில் கைகளை ஊன்றியவாறு.

அவளுடைய இந்தச் செய்கை, அனைவரையும் சிறிது திகைப்புக்குள்ளாக்கியது.

'கம் ஆன் வாட் ஈஸ் யுவர் ஆஃபர்?'

'உங்களிடம் நகல்களோ, போட்டோ பிரதிகளோ இருந்தால் எங்களிடம் கொடுத்துவிடவேண்டும். விலையைச் சொல் லுங்கள்.'

'பத்து லட்சம் டாலர். டாலராகத்தான் தரவேண்டும். ரூபாய்க்கு மதிப்பில்லை.'

'விளையாடுகிறீர்களா?'

'டேக் இட், ஆர் லீவ் இட்.'

'மாயா, வாட் ஹாஸ் ஹாப்பென்ட் டூ யு?' என்றான் தீபக்.

'பத்து லட்சம் டாலர் அதிகம் என்கிறீர்களா?'

'நோ எதற்காக இந்த விளையாட்டு?'

'உங்கள் நண்பருக்கு என் நகைச்சுவை உணர்வை நிரூபிக்க.'

'ஐ ஆம் ஸாரி மாயா. நீங்கள் போய் கொஞ்சம் ரெஸ்ட் எடுத்துக் கொள்ளுங்கள்' என்றான் ரவி.

'அவர் வியாபார ஒப்பந்தத்துக்காகத் தயாராக இருக்கும்போது, நீங்கள் ஏன் தடை சொல்கிறீர்கள்?' என்று கேட்டான் அனில்.

'வியாபார ஒப்பந்தம்! மை ஃபுட் மாயா, டேவிட்டின் பேத்தி தெரியுமா உங்களுக்கு. ஹாங்காங்கிலிருந்து இறக்குமதியான மலிவான பெண் என்று நினைத்தீர்களா!' என்றான் தீபக், கோபத்துடன்.

இது எதிர்பார்த்த பலனை தந்தது. அனிலின் முகம் வியப்புக் குறியாகவே மாறியிருந்தது.

'இஸ் இட் ஸோ?' என்று அவன் லேசாக முணுமுணுத்தான்.

'இப்பொழுது நீங்கள் போகலாம்' என்றான் தீபக்.

'மாயா, டேவிட்டின் பேத்தி என்பதால் சூழ்நிலையில் எந்த மாறுதலும் ஏற்பட்டுவிடவில்லை. மாயாவிடம் டேவிட் சுயசரிதையின் போட்டோ பிரதிகள் இருக்கின்றன என்று எங்களுக்குத் தெரியும். அவருடைய பேத்தி என்று இப்பொழுது அறியும்போது, எதற்காகப் போட்டோ பிரதி எடுத்தாரென்றுதான் எனக்குத் தெரியவில்லை' என்றான் அனில்.

ரவி திரும்பிப் பார்த்தான். மாயா உள்ளே போய்விட்டாள்.

அனில் குமாரும் அவனுடைய அடி யாளும் போன பிறகு, தீபக்கும் ரவியும் அஞ்சலியும் ஒருவரையொருவர் பார்த்துக் கொண்டு மௌனமாக உட்கார்ந்திருந் தார்கள்.

டேவிட்டின் சுயசரிதையை மாயா போட்டோ பிரதிகள் எடுத்திருக்கிறாள் என்பது உறுதியாகிவிட்டது. எதற்காக என்றுதான் ரவிக்குப் புரியவில்லை. டேவிட்டுக்கு ஆபத்து ஏற்படக் கூடு மென்று அவள் முன்னமேயே எதிர்பார்த் திருப்பாளா? அல்லது இதை வியாபாரம் செய்யலாமென்ற நோக்கம் அவளுக்கு இருந்திருக்கக் கூடுமோ? சே, அவளைப் பார்த்தால் அப்படித் தெரியவில்லை.

அவள் தீபக்கின் வீட்டுக்கு வந்திருப்பதை அந்த விடுதிக்கு ஏன் தெரிவிக்க வேண் டும்? கடிதங்களை இந்த முகவரிக்குத் திருப்பி அனுப்ப வேண்டுமென்ற

எண்ணம் மட்டுந்தானா? அல்லது நேற்று அவளைத் தேடிக் கொண்டு வந்தவர்கள், இங்கும் வருவார்கள் என்ற நம்பிக்கையா? கடிதங்கள் என்றால் அவள் யாரிடமிருந்து எதிர்பார்க்கிறாள்? அவள் பேச்சிலிருந்து, டேவிட்டுடன் தங்கிவிடுவது என்ற உத்தேசத்துடன் வந்திருப்பவள்போலத் தோன்றியது.

டேவிட்டிடம் நிறையப் பணம் இருக்கலாம். அவள் அவருடைய ஒரே வாரிசு என்ற முறையில், அதை எதிர்பார்த்து வந்து, பணம் இல்லை என்று தெரிந்ததும் அவரிடம் பணம் எப்படி இருக்க முடியும்? அவருடைய சுயசரிதை ஒரு தங்கச்சுரங்கம் என்றறிந்து. அப்படியானால், தீபக்கைத் தேடிக்கொண்டு அவள் ஏன் வரவேண்டும்? டேவிட்டின் அறையில் ஏற்பட்டது எதேச்சை யான தீ விபத்தில்லை. இதை விசாரிக்க வேண்டுமென்று முயல்வதற்குக் காரணம் என்ன? டேவிட்டின் சுயசரிதையில் யார் யார் சம்பந்தப்பட்டிருக்கிறார்களென்ற தகவல்களை வைத்துக்கொண்டு, அவர்களுடன் நேரடியாகப் பேரம் பேசத் தொடங்கியிருக்கலாமே!

போட்டோ பிரதிகள் இருப்பதாக அவள் நேற்றே ஏன் சொல்ல வில்லை? அவர்கள் அதைப் பற்றிக் கேட்கவில்லை என்பதி னாலும் இருக்கலாம். சுயசரிதை எழுதும்போதே, போட்டோ பிரதிகள் தயாரிப்பது இயல்பான ஒரு செய்கையாகப் பட வில்லை. ஒருவேளை, டேவிட்டும் இதற்கு ஒப்புதல் அளித் திருக்கக் கூடுமோ?

'நீ என்ன நினைக்கிறாய் ரவி?' என்றான் தீபக்.

'ஒன்றும் புரியவில்லை.'

'பல புதிய திருப்பங்கள் ஏற்பட்டுப் பிரச்னையைக் குழப்பு கின்றன.'

'இவற்றுக்கிடையே உண்மை எங்கே ஒளிந்து கொண்டிருக் கிறது.'

'மறுபடியும் பிரச்னையைப் பரிசீலனை செய்வோம். ஒன்று, எதேச்சையாக ஏற்பட்ட தீ விபத்து. இரண்டு, தற்கொலை. மூன்று, யாரோ திட்டமிட்டு தீ மூட்டியிருக்கிறார்கள். அப்படித் தீ மூட்டியிருந்தால், அவர் யார்? ஒன்று விநோத்தின் நண்பர்கள்.

இரண்டு அனில் குமாரின் தலைவன், அரசியல் பெரும்புள்ளி. மூன்று, இவனைப்போல் எத்தனை பேர் இருக்கிறார்களோ? நேற்று மாயாவின் அறையை அலங்கோலப்படுத்தியவர்கள் யார்? போலீஸாக இருந்தால், அவர்களுக்கு என்ன அக்கறை? போட்டோ பிரதிகள் எடுத்ததை மாயா நம்மிடம் ஏன் நேற்றுச் சொல்லவில்லை?'

மாயா அப்பொழுது அங்கு வந்தாள். அவள் வெளியே போவ தற்கு ஆயத்தமாக உடை தரித்திருந்தாள்.

'நீங்கள் கடைசியாகக் கேட்ட கேள்வி என் காதில் விழுந்தது. நீங்கள் கேட்கவில்லை, அதனால் நான் சொல்லவில்லை. இனி நான் உங்களுடன் இருப்பது உசிதமில்லையென்றுதான் எனக்குத் தோன்றுகிறது. நான் இந்தியாவைவிட்டுப் போய்விடுவதென்று தீர்மானித்துவிட்டேன். யாரைத் தேடிக்கொண்டு இங்கு வந்தேனோ, அவர் போன பிறகு எனக்கு இந்தியாவில் என்ன வேலை?'

'நாம் நால்வருமாகச் சேர்ந்து இந்தப் பிரச்னையைத் தீர்ப்பதென்று முடிவுசெய்தோம். நடுவில் நீங்கள் போய்விடுவதென்பது, உங்களுக்கு நியாயமாகவா படுகின்றது?' என்றான் தீபக்.

'இன்னும் எத்தனை பேர் விலை பேசிக்கொண்டு என்னைத் தேடிவரப் போகின்றார்களோ? எல்லோருக்கும் பதில் சொல்லிக் கொண்டு நானிருக்க வேண்டுமென்ற கட்டாயமில்லை.'

'போட்டோ பிரதிகள் எங்கே இருக்கின்றன?' என்று கேட்டான் ரவி.

'நான் சொல்ல வேண்டிய அவசியமில்லை.'

'எங்களுடன் ஒத்துழைப்பதாக நீங்கள் சொன்னதை இவ்வளவு சுலபமாக மறந்துவிடுவீர்களென்று நான் எதிர்பார்க்கவில்லை.'

'ஐ ஆம் டயர்ட் ஆஃப் தி ஹோல் பிஸினஸ்.'

'இப்பொழுதுதானே சூடேறியிருக்கிறது. அதற்குள் நீங்கள் அலுத்துக்கொள்வது சரியா?'

'டேவிட்டைக் கொன்றது யார் தெரியுமா? நீங்கள் உங்கள் நாடு இப்பொழுது இருக்கும் நிலைக்கு, டேவிட்டைப் போன்றவர்கள்

உயிரோடு இருப்பதே, பொருத்தமில்லாத முரண்பாடு. ஆங்கி லேயன் இந்த நாட்டை விட்டுப் போனபோது, உங்கள் மனசாட்சி யையும் எடுத்துக்கொண்டு போய்விட்டான். தீ விபத்து என்பது ஓர் உருவகந்தான். கான் மார்க்கெட்டில் அந்த அறையில் பரவிய நெருப்பு, காட்டுத் தீயைப் போல் பரவி, உங்கள் நாட்டையே அழித்துவிடப் போகிறது.

டேவிட்டின் அறையில் ஏற்பட்டது எதேச்சையான தீ விபத்தா, அவர் தற்கொலை செய்து கொண்டாரா, அல்லது வேறு யாரேனும் தீ மூட்டி விட்டார்களா என்பனவெல்லாம் சில்லறைப் பிரச்னைகள். நான் உங்கள் மகாபாரதக் கதையைப் படித்திருக்கிறேன். கடைசியில் யாதவர்கள் ஒருவரையொருவர் அடித்துக்கொண்டு சாகின்றார்களே அதே நிலைமைதான் உங்கள் நாட்டில் இப்பொழுது இருக்கிறது. நான் எத்தனையோ கறைகளைச் சுமந்துகொண்டு இந்தியாவுக்கு வந்தேன். அவை அனைத்தும், கான் மார்க்கெட்டில் அந்த அறையில் அஸ்தியோடு அஸ்தியாய் போய்விட்டன.'

அவள் உணர்ச்சிவசமாய்ப் பேசிவிட்ட களைப்பில் சோபாவில் உட்கார்ந்தாள்.

அங்கு நீண்ட நேரம் அமைதி நிலவியது.

'நீங்கள் கூறுவது உண்மைதான். ஆனால், அநியாயத்தின் முன னால் செயலற்று இருப்பதுதான் தர்மம் என்கிறீர்களா?' என்று கேட்டான் தீபக். நீண்ட நேர மௌனத்தினால் குரல் சற்றுக் கமறிப்போன நிலையில்.

'அநியாயத்தை எதிர்த்துப் போராடியவர்கள் யார் ஜெயித் திருக்கிறார்கள்? ஏசு கிறிஸ்து பிறந்த பகுதியில் இன்று ரணகளம். நியாயம், அநியாயம் என்றால் என்ன? உலக அரசியல் விவகாரங் களில் நியாயம், அநியாயம் என்பவற்றுக்கெல்லாம் என்ன பொருள்? ஹிட்லரை அரக்கன் என்று பெயர் சூட்டி அவனுக்கு முடிவு கட்டின நாடுகள், இப்பொழுது என்ன செய்து கொண் டிருக்கின்றன? எல்சல்வேடோரில் ஆயிரக்கணக்கான கத்தோ லிக்குகளைக் கொன்று குவிக்கும் சர்வாதிகாரத்துக்குத் துணை போகும் ஜனநாயகத்தின் தர்மகர்த்தாவாகத் தன்னை பாவித்துக் கொள்ளும் அமெரிக்காவுக்கு ஆப்கானிஸ்தானிலுள்ள மக்களின் உரிமைகளைப் பற்றிப் பேச என்ன உரிமை இருக்கிறது? அதர்மம்

நிகழும் போதெல்லாம் அவதாரமெடுப்பதாக வாக்குறுதி அளித்த உங்கள் கிருஷ்ண பரமாத்மாவின் வாரிசுகளாகிய நீங்கள், ஆப்கானிய மக்கள் சுதந்தரத்துக்காகப் போராடுகின்றார்களே, அவர்களுக்கு எந்த வகையில் உதவி செய்கிறீர்கள்? பாகிஸ்தான் வழியாக ஏராளமான செல்வத்துடன் ஓடிவரும் அந்தப் பணக்கார ஆப்கானியர்களுக்கு புகலிடம் அளிப்பதன் மூலம், உங்கள் நாட்டு மக்களின் துயரங்களை அதிகரிக்கச் செய்கின்றீர்களே தவிர, வேறென்ன? தயவு செய்து, நியாயம் அநியாயத்தைப் பற்றி என்னிடம் பேசாதீர்கள்.'

மாயாவிடம் திடீரென்று ஏற்பட்டிருந்த மாறுதல் ரவியை ஆச்சரியத்தில் ஆழ்த்தியது. டேவிட்டிடம் அடைபட்டுக் கிடந்திருந்த தர்ம ஆவேசம் இவள் மூலம் பேசுகின்றதோ? டேவிட் டின் மரணம் ஒரு சில்லறைப் பிரச்னை என்கிறாள். இது இவளைப் பாதிக்கவில்லையா?

இதனைப் பொதுமைப்படுத்தி சர்வதேச அரசியல் கண்ணோட் டத்துடன் பார்த்து, எது நியாயம், எது அநியாயம் என்று எதற்காகத் தீர்ப்பு வழங்கவேண்டும்? அவனைப் பொறுத்த வரையில், டேவிட் அவனுடைய நல்ல நண்பர். நல்லவர்; அவரைத் திட்டமிட்டுக் கொன்றிருக்கிறார்களா என்ற உண்மையை அறிய வேண்டும்.

இவளும் தன மனத்தளவில் உயர்ந்த பீடத்தில் ஏற்றி வைத்திருந்த ஓர் உத்தமமான உறவினரைக் காண்பதற்குத்தான் இந்தியாவுக்கு வந்திருப்பதாகச் சொன்னாள். அவர் மரணத்தின் உண்மையை அறிவதற்கு அவர்களுடன் ஒத்துழைப்பதாக வாக்குறுதி அளித் தாள். அவர்களை அவள் பார்க்க வந்ததற்கும் இதுதான் காரண மென்றாள்.

உலகத்தில் நியாய, அநியாயங்கள் என்று ஒன்றுமில்லை என்பதனால், டேவிட் எப்படி இறந்தார் என்று அறிய முயல்வது ஒரு சில்லறைப் பிரச்னையாக ஆகிவிடுமா?

நேற்று விடுதியிலிருந்து காரில் வந்துகொண்டிருந்தபோது, அவர்களுக்கிடையே நிகழ்ந்த உரையாடல் அவன் நினைவுக்கு வந்தது.

'உலகில் நல்லவர்களுமில்லை, கெட்டவர்களுமில்லை.'

'உங்கள் தாத்தா?'

'அவர் டேவிட்டாக இருந்தார். அப்படிச் சொல்வது போது மானது.'

'சிறுவயதிலிருந்தே உங்கள் தாத்தாவை ஓர் உத்தமமான மனித ராக வழிபட்டு வந்ததாகச் சொன்னீர்களே, உத்தமமான மனிதர் என்றால் நல்லவர் என்றுதானே அர்த்தம்?'

'உங்களுடைய ஞாபகசக்தியைப் பாராட்டுகிறேன்.'

கெட்டிக்காரத்தனமாகப் பேச்சின் திசையையே மாற்றிவிட்டாள்.

இப்பொழுது போட்டோ பிரதிகள் அவளிடம் இருக்கிறதா என்று கேட்ட கேள்விக்கு விடை கூறாமல் தர்ம ஆவேசத்துடன் வேறு ஏதேதோ கூறி, டேவிட்டைக் கொன்றவர்கள் இந்நாட்டு மக்கள் என்று அவர்கள் குற்ற உணர்ச்சியினால் அவதியுற வேண்டு மென்பதுபோல் பேசுகிறாள்.

அவள் சொல்வதெல்லாம் வாஸ்தவந்தான். இந்நாட்டு மக்கள் யாதவர்களைப்போல் ஒருவரையொருவர் அடித்துக் கொண்டு சாகிறார்கள். ஆயிரக்கணக்கான காந்திகளும் டேவிட்டுகளும் செத்தாலும் இந்நாட்டு மக்கள் திருந்தப் போவதில்லை. இதனால் குற்றம் இழைக்கப்பட்டிருக்கின்றது என்றறிந்து, இக்குற்றத்தைச் செய்தவர் யார் என்று அறிய முயல்வது எப்படி ஒரு வீண் பிரச்னையாகும்?

குற்றம் செய்தவர் யார் என்றறிய வேண்டுமென்ற அவளது உறுதி அவளுக்கு இப்பொழுது ஏன் இல்லை?

தீபக்கும் அவள் வாக்குச் சாதுர்யத்தினால் மயங்கி இப் பிரச்னைக்குத் தீர்வு காண வேண்டியது அவசியந்தானா என்று நினைக்கத் தொடங்கினால் ஆச்சரியப்படுவதற்கில்லை.

'சரி, நான் போகிறேன். இந்தப் பிரச்னையில் எனக்கு இனி அக்கறையில்லை. அப்படியே டேவிட்டை யாரோ கொன்றிருந் தாலும், அவர் திருப்பி வரப் போவதில்லை. நான் இந்தியாவுக்கு வந்திருக்கவே கூடாது. ஹாங்காங்கிலேயே என் தாத்தாவைப் பற்றிய இனிய கனவுகளுடன் இருந்திருக்க வேண்டும். அவருடன் மூன்று மாதங்கள் பழகி, அவர் தம் சுயசரிதையை எழுதக் காரணமாக இருந்து, அவர் மரணத்தைப் பார்த்துவிட்டுப் போவதைத் தவிர்த்திருக்கலாம்.'

'எங்கே போக இருக்கிறீர்கள்?' என்று கேட்டாள் அஞ்சலி.,

'எங்கே வேண்டுமானாலும் போகலாம். என்னிடம் சர்வதேச பாஸ்போர்ட் இருக்கிறது.'

'இப்பொழுது எங்கே போகப் போகிறீர்கள் என்று கேட்டேன்.'

'ஏதாவது ஒரு ஓட்டலில் போய் தங்கிவிட்டு' என்று அவள் கூறுவதற்குள் தீபக் இடைமறித்தான்.

'நீங்கள் இந்த வீட்டிலேயே தங்கலாம். உங்களுடைய பிரச்னை எனக்குப் புரிகிறது. டேவிட் இறந்த பிறகு, அவரைக் கொன்றவர் கள் யார் என்றறிவது, இப்பொழுது உங்களுக்கிருக்கும் மன நிலையில் ஒரு சம்பந்தமில்லாத விஷயந்தான். டேவிட்டின் வாரிசு என்பதை உங்களுடைய நேர்மையான கோபத்தின் மூலம் காண்பித்துவிட்டீர்கள். ஆனால் எங்களைப் பொறுத்தவரையில் இப்பிரச்னைக்குத் தீர்வு காண வேண்டுமென்பதுதான் எங்கள் முடிவு. ரவி நான் சொல்வதை ஒப்புக் கொள்வானென்று நம்பு கிறேன். உங்களை இனி இந்த விஷயத்தில் தொடர்புபடுத்திக் கொள்ள மாட்டேன். உங்கள் அபிப்பிராயத்தை நான் மதிக்கிறேன்.'

'என்னை இங்கே இருக்கும்படி வற்புறுத்தாதீர்கள். இதுவும் என் அபிப்பிராயத்துக்கு நீங்கள் வைக்கும் மதிப்பாக இருக்கட்டும்' என்று சொல்லிக்கொண்டே அவள் உள்ளே சென்றாள்.

சிறிதுநேரம் கழித்து அவள் தன் உடைமைகளுடன் வெளியே வந்தாள்.

'ஓட்டலில் திடீரென்று இடம் கிடைப்பதென்பது சுலபமான காரியமல்ல. உங்களுக்கு ஆட்சேபணை இல்லையென்றால் எனக்குத் தெரிந்த ஓட்டலுக்கு போன் செய்து இடத்துக்கு ஏற்பாடு செய்கிறேன்' என்றான் தீபக்.

அவள் சிறிதுநேரத் தயக்கத்துக்குப் பிறகு 'சரி' என்று தலை யசைத்தாள்.

தீபக் போன் செய்யப் போனான்.

'ஸோ மிஸ்டர் ரவி உங்களை எனக்கு மிகவும் பிடித்திருக்கிறது. ஆனால் தொடர்ந்து பழக முடியவில்லை.'

'நஷ்டம் என்னுடைய...'

மாயா வாய் விட்டு உரக்கச் சிரித்தாள். அவள் சிரிப்பு அவனுக்கு இயல்பாகப் படவில்லை.

'நீங்கள் மிகவும் கூர்மையான அறிவாற்றல் உடையவர். உங்கள் உதவியால் இந்தப் பிரச்னைக்குத் தீபக்கால் தீர்வு காண முடியுமென்ற நம்பிக்கை எனக்குண்டு.' ரவி பதில் கூறாமல் மௌனமாக இருந்தான்.

'ஏன் பேசாமலிருக்கிறீர்கள்?'

'உங்களுடைய அறிவாற்றலுக்கு முன்னால் நான் எம்மாத்திரம் என்று யோசித்துக் கொண்டிருந்தேன்.'

'தப்பு. எனக்குப் புத்திக் கூர்மை போதாது. நான் எளிதில் உணர்ச்சிவயப்படக் கூடியவள்.'

'தீபக்கை உணர்ச்சிவயப்படக் கூடாதென்று நேற்று நீங்கள் எச்சரிக்கை செய்தது என் நினைவுக்கு வருகிறது.'

'உபதேசம் பிறருக்குத்தான். எனக்கில்லை.'

'உணர்ச்சிவயப்பட்டுப் பேசுவதுபோல் காட்டுவதும் ஒரு வகையில் புத்திக் கூர்மைதானே?'

'வாட் டு யூ மீன்?'

'நீங்கள் ஒரு கைதேர்ந்த நடிகை என்பது என் அபிப்பிராயம்.'

'ஷட் அப் யு பாஸ்டர்ட்' என்று உச்சஸ்தாயியில் கத்தியவாறு சோபாவில் மயங்கி விழுந்தாள் மாயா.

'டாாக்டரைக் கூப்பிடுங்கள்' என்றாள் அஞ்சலி.

அவள் மாயாவைச் சுயநினைவுக்குக் கொண்டு வரச் செய்த முயற்சிகள் பலிக்க வில்லை. இரண்டு மூன்று தரம் தட்டி எழுப்பினாள். முகத்தில் லேசாகத் தண்ணீர் தெளித்துப் பார்த்தாள்.

மாயா எழுந்திருக்கவில்லை.

தீபக் குற்றஞ்சாட்டுவதுபோல் ரவியைப் பார்த்தான்.

ரவி, அவன் பார்ப்பதுணர்ந்து, பாதிக்கப் படாதவன்போல், இயல்பான குரலில் கேட்டான். 'உங்கள் டாக்டர் யார்?'

'ப்ரதீப் சிங் ஜோஷி. கிளினிக் நெம்பர் 611618' என்றாள் அஞ்சலி. ரவி போன் செய்தான். டாக்டர் கிளினிக்கில் இல்லை.

'613439. இந்த நெம்பருக்கு போன் செய்யுங்கள். வீட்டு நெம்பர்.'

டாக்டர் வீட்டிலிருந்தார். ரவி விஷயத்தைச் சொன்னான். உடனே வருவதாக அவர் வாக்களித்தார்.

'நாடி பார்க்கத் தெரியுமா உங்களுக்கு? எப்படி இருக்கிறது என்று சொல்லுங்கள்!' என்றாள் அஞ்சலி, ரவியிடம்.

தீபக்கிடம் பேச அவளுக்குச் சற்றுப் பயமாக இருந்தது போல் தோன்றியது. முகம் சிவக்க, சிகரெட் பிடித்துக்கொண்டும், வெறுத்த பார்வையுடன் அவன் உட்கார்ந்திருந்தான். அவன் தன்னிடம் ஏன் இன்னும் சீறவில்லை என்பதுதான் ரவிக்கு ஆச்சரியமாக இருந்தது. அஞ்சலிக்கும் இது வியப்பாகத் தானிருக்க வேண்டும்.

ரவி, மாயாவின் கையைப் பிடித்து, நாடியைக் கணக்கிட்டான்.

'நார்மலாகத்தானிருக்கிறது.'

'அவன் பெரிய துப்பறியும் சிங்கம், டாக்டர், சர்வகலா விற்பன்னன். ஆனால் ஒன்று மட்டும் அவனுக்குத் தெரியாது. பெண்களிடம் எப்படிப் பேசுவது, நடந்து கொள்வதென்பது பற்றி' என்றான் தீபக்.

'ஐ ஆம் ஸாரி தீபக். யதார்த்தத்தைச் சந்திக்கத் துணிவில்லா விட்டால் எந்தக் காரியத்திலும் இறங்கக் கூடாது.'

'என்ன யதார்த்தம்?'

ரவி, மாயாவைப் பார்த்தான். அவள் கண்கள் மூடியிருந்தன. இது நடிப்பில்லை என்று எப்படிச் சொல்ல முடியும்?

அவன் எழுந்து ஹாலின் கோடிக்குச் சென்று தீபக்கை அவனரு கில் வரும்படி கூப்பிட்டான். முதலில் சிறிது எரிச்சலுடன் அவனைப் பார்த்த தீபக், பிறகு எழுந்து சென்றான்.

'என்ன?'

'நான் போட்டோ பிரதிகள் அவளிடம் இருக்கின்றனவா என்று தான் கேட்டேன். அவள் பேச்சின் திசையையே மாற்றி, அந்தக் கேள்விக்கு விடைதராமல் உலக நியாய, அநியாயங்களைப் பற்றிப் பேசத் தொடங்கிவிட்டாள். இது அவள் வேண்டு மென்றே செய்தது என்று உனக்குத் தெரியவில்லையா? திடீ

ரென்று பிரச்னையிலிருந்து விலகிக் கொண்டு, அவள் இந்த இடத்தை விட்டுப் போக ஏன் முயல வேண்டும்?'

தீபக் மௌனமாகச் சிந்தனையிலாழ்ந்தவாறு சிகரெட் பிடித்துக் கொண்டிருந்தான்.

'நேற்றே அவள் விடுதிக்குச் சென்றபோது, சில விஷயங்கள் என் மனத்தை நெருடின. அவளைத் தேடிக்கொண்டு இரண்டு பேர் வந்திருந்தார்கள் என்று கேட்டவுடன் தன் அறைக்குச் சென்று அவள் திரும்பி வந்து, அவள் அறையில் யாரோ எதையோ தேடியிருக்கிறார்கள் என்கிறாள். சாமான் எதுவும் திருட்டுப் போகவில்லை என்றும் சொல்கிறாள். இயல்பாக நாம் முடிவுக்கு வருவது, அவள் அறையில் சுயசரிதையின் நகல்கள் இருக்குமா என்று யாரோ தேடியிருக்கிறார்கள் என்றுதான். நிஜமாகவே ஒருவர் அறையில் புகுந்து யாரோ எதையோ தேடியிருந்தால், போலீஸுக்கு கம்ப்ளெய்ன்ட் கொடுக்க வேண்டுமென்று தோன்றுவதுதான் இயற்கை. அவள் போலீஸுக்குச் சொல்லலா மென்ற பேச்சையே எடுக்கவில்லை. காரில் வரும்போது அவள் பேசியவை, பிறகு இன்று விடுதிக்கு போன் செய்து இந்த முகவரியைக் கொடுத்து நேற்று அவளைத் தேடிக்கொண்டு வந்தவர்கள், இங்கு வர வேண்டுமென்பதற்காகத்தானே? போட்டோ பிரதிகள் அவளிடம் இருக்கின்றன என்று அனில் குமார் திட்டவட்டமாகச் சொல்லிவிட்டுப் போனவுடன், தார்மீக ஆவேசம் வந்தவள்போல் பேசி எதற்காக இவள் இந்த இடத்தை விட்டுச் செல்ல முயல வேண்டும்.'

தீபக் நிதானமாகக் கேட்டான்: 'எதற்காக அவள் இப்படி நடந்து கொள்ள வேண்டும்?'

'அதுதான் எனக்குப் புரியவில்லை.'

'அப்படியானால்...'

'நாம் ஒரு முடிவுக்கும் வரவேண்டாம். அவள் கண்களைத் திறக்க முயற்சி செய்து கொண்டிருக்கிறாள்.'

மாயா சுற்று முற்றும் பார்த்தாள். மிகுந்த சோர்வுடன் காணப்பட்டாள். இது நடிப்பில்லை.

'ஐ ஆம் ஸாரி, ரவி.'

'தட் இஸ் ஆல்ரைட். இப்பொழுது எப்படி இருக்கிறது? பார்க்கப் போனால் நான்தான் உங்களிடம் மன்னிப்புக் கேட்க வேண்டும்.'

மாயாவின் முகத்தில் புன்னகையின் சாயை படிந்தது.

'டாக்டர் வருவார்.' என்றான் தீபக்.

'டாக்டரா, எதற்கு? ஐ ஆம் ஆல்ரைட். தயவுசெய்து வரவேண்டா மென்று சொல்லுங்கள். உங்களிடம் நான் பேச வேண்டும்.'

'டாக்டர் வந்து...'

'நோ, ப்ளீஸ்.'

தீபக், ரவியைப் பார்த்தான். அவள் குரலில் பிடிவாதம் மிகுந்தது. டாக்டர் வந்தால்கூட உடம்பைக் காண்பிக்க மாட்டாள் என்று தோன்றியது.

ரவி, மறுபடியும் டாக்டருக்கு போன் செய்தான். நல்லவேளை, அவர் புறப்படும் தருவாயிலிருந்தார்.

'மன்னிக்கவும். நாங்கள் பயந்துவிட்டோம். இப்பொழுது பரவா யில்லை. சாயந்திரம் நாங்களே வருகிறோம்' என்றான் ரவி டாக்டரிடம்.

'கொஞ்சம் ஜூஸ் குடிக்கிறீர்களா?' என்று கேட்டாள் அஞ்சலி.

'ஐ வான்ட் எ ஸ்டிஃப் ட்ரிங்(க்). ப்ராண்டி இருக்குமா?'

'ஓ எஸ்' என்று சொல்லிக் கொண்டே, ஸெல்லாரை நோக்கிச் சென்றான் தீபக்.

'நீட், ஆர் வித் ஸோடா?'

'நீட்.'

தீபக் கொடுத்த ப்ராண்டியை ஒரே மடக்கில் குடித்துத் தீர்த்தாள் மாயா.

'ரவி. லட்சியங்கள், நியாயங்கள், அநியாயங்கள் ஆகியவற்றைப் பற்றி நான் சொன்னவை என்னுடைய உண்மையான அபிப்பிராயங்கள். பேச்சின் திசையை மாற்றுவதற்காக நான் அவற்றைப்பற்றிப் பேசியது வாஸ்தவந்தான். ஆனால் நான் நடிக்கவில்லை. அவற்றைச் சொல்லும்போது, நான் உண்மை

யில் உணர்ச்சிவயப்பட்ட நிலையில்தான் சொன்னேன். அவை என் சத்திய வாக்குமூலங்கள். அசைக்க முடியாத நம்பிக்கைகள்.'

அவள் சிறிது நேரம் பேசாமலிருந்தாள். வெறித்த பார்வையுடன் ஜன்னல் வழியே வெளியே பார்த்துக் கொண்டிருந்தாள். பிறகு ரவி பக்கம் திரும்பி புன்னகை செய்தாள்.

'நீங்கள் கெட்டிக்காரர்தான். பல புத்திசாலித்தனமான யூகங்கள் செய்திருக்கிறீர்கள். என் அறையில் யாரோ எதையே தேடியதாக நான் போட்டது நாடகம், நான் யாரிடமிருந்தும் எந்தக் கடிதத்தையும் எதிர்பார்க்கவில்லை. நேற்று மாலை வந்தவர்கள் இன்று இங்கு வர வேண்டுமென்பதற்காகத்தான் விடுதிக்கு போன் செய்தேன். போட்டோ பிரதிகள் என்னிடம் இருக்கின்றன என்று மறைமுகமாக அவர்களுக்குத் தெரியப்படுத்தியதும் நான்தான். டேவிட் சுயசரிதையை எழுதி வருகின்றாரென்ற செய்தியை நாசூக்காகப் பலர் அறிய செய்ததும் நான்தான்.'

'ஏன்?'

அவள் மறுபடியும் மௌனமாகி விட்டாள்.

ரவி, தீபக்கிடம் சிகரெட் வாங்கிப் பற்ற வைத்துக்கொண்டான்.

அஞ்சலி எழுந்துகொண்டே சொன்னாள்: 'சரி. நான் சமையல் காரியத்தைக் கவனிக்கிறேன்.'

'வேண்டாம், உட்கார். வெளியே போய்ச் சாப்பிடுவோம்' என்றான் தீபக்.

'எஸ். ஒரு சுவாரஸ்யமான கதையைக் கேட்டுக் கொண்டிருக் கும்போது, நடுவில் போவது தப்பு. அப்படித்தானே?' என்று கேட்டுவிட்டு மாயா உரக்கச் சிரித்தாள்.

அவளை அப்பொழுது பார்க்கும்போது, சிறிது பயமாக இருந்தது. ஹிஸ்டரிக்கல் சிரிப்பு.

'சுவாரஸ்யமான கதை என்றல்ல. உங்களை நாங்கள் புரிந்து கொள்ள முயல்கிறோம்' என்றான் ரவி.

'எதற்காகப் புரிந்துகொள்ள வேண்டும்? அனுதாபத்தினாலா?'

'அனுதாபத்தில் எனக்கு நம்பிக்கை கிடையாது. ஒருவர் இன்னொருவனை அனுதாபத்தின் காரணமாகப் புரிந்துகொள்ள

முயல்கின்றான் என்றால், தன் நியாய உணர்வை ஓரளவு சமரசப்படுத்திக்கொள்ள முயல்கின்றான் என்றுதான் அர்த்தம். நியாய உணர்வு என்பது நிர்தாட்சண்யமானது. செண்டிமெண்டு களுக்கு இதில் இடமில்லை' என்றான் ரவி.

'இத்தகைய மதிப்பு அளவுகோல்களுடன் வாழ்க்கையை அணுகினால் இன்னொரு டேவிட்டாக நீங்கள் மாறிவிடக் கூடும். இதுதான் என் எச்சரிக்கை. உங்களுக்கும் ஒரு தீ விபத்து ஏற்படாமல் உங்களை நீங்கள் பாதுகாத்துக்கொள்ள வேண்டும்' என்று கூறிவிட்டு மறுபடியும் அவள் உரக்கச் சிரித்தாள்.

ரவி, தீபக்கைப் பார்த்தான்.

அப்பொழுது டெலிபோன் ஒலித்தது. 'நீ போய் கவனி' என்பது போல் ரவியைப் பார்த்து தீபக் தலையசைத்தான்.

'தீபக் இருக்கிறாரா?'

'எஸ். ஸ்பீக்கிங்.'

'சிமெட்ரியில் பார்த்தபோது சொன்னேனே, அந்தக் கட்டுரையை எழுதிவிட்டீர்களா?'

'எழுதிக் கொண்டிருக்கிறேன்.'

'இன்னொரு முக்கியமான விஷயம். இப்பொழுதுதான் கேள்விப் பட்டேன். டேவிட் சுயசரிதையை எழுதிக் கொண்டிருந்தா ரென்றும், இதனால் மத்திய அமைச்சரவையில் சிலருக்குத் தூக்கமில்லாமல் போய்விட்டதென்றும்; ஆகவே டேவிட்டின் அறையில் ஏற்பட்ட தீ விபத்தைப் பற்றிச் சில சந்தேகங்கள் உண்டாகியிருக்கின்றன என்கிறார்கள். பிரதமர், மத்தியப் புல னாய்வுத் துறையை இதுபற்றி விசாரிக்க உத்தரவிட இருக்கின்றா ரென்றும் தெரிகிறது. இதனால் சில தலைகள் உருண்டால், எனக்கு மத்திய அமைச்சரவையிலேயே இடம் பெற வாய்ப்பு இருக்கிறது. இதை அடிப்படையாக வைத்துக்கொண்டு கட்டுரையை எழுதுங்கள். ஒரு பிரபல ஜோஸ்யரைக் கேட்டேன், அவரும் எனக்கு கிரஹபலன்கள் சாதகமாக இருக்கின்றன என்கிறார்.'

'சரி.'

'கட்டுரை எப்பொழுது பிரசுரமாகும்?'

'இன்னும் இரண்டு நாட்களில்.'

'தேங்க் யு.'

ரவி அவர் சொன்னதை தீபக்கிடம் கூறினான்.

'பாஸ்டர்ட்.'

'அவரை குறை கூறாதீர்கள். இதுதான் நியாயமான மனித சுபாவம்' என்றாள் மாயா.

'நான் தீர்ப்பு வழங்கவில்லை. இப்படித்தான் இருக்கிறது. வாழ்க்கை அலுத்துப் போகாமல், சுவாரஸ்யமாக இருக்கும் வரை, இப்படித்தான் இருப்பார்கள். விரக்தி ஏற்பட்ட நிலையில் தான், தங்களை தெய்வங்களாகப் பாவித்துக் கொள்கிறார்கள்' என்றாள் மாயா.

'வாழ்க்கையில் எதுவுமே நல்லதில்லை என்று கொள்ளும் பார்வை இது' என்றான் தீபக்.

'எது நல்லது, எது கெட்டது? நேற்று நான் ரவியிடம் இதைப்பற்றித் தான் பேசிக்கொண்டு வந்தேன். டேவிட் நல்லவர் இல்லையா என்று அவர் கேட்டார். டேவிட்டுக்கு லட்சியங்கள் இருந்தன. அவரைப் பொறுத்தவரையில், அவைதான் சிறந்தவை என்று தீர்மானமாக முடிவுக்கு வந்த கோட்பாடுகள். ஆனால் அவற்றை மற்றவர்கள் மீது சுமத்த அவருக்கு என்ன உரிமை இருக்கிறது?'

'அவர் அவ்வாறு செய்ய முயன்றதேயில்லை.'

'அவருடைய பழைய வாழ்க்கையைப் பற்றி உங்களுக்கு என்ன தெரியும்?'

'சொல்லுங்கள்.'

'அவர் ஒரு ஜப்பானியப் பெண்ணை மணந்தார். அவள் எத்த னையோ எதிர்ப்புகளை இதனால் சமாளிக்க நேர்ந்தது. ஜப்பானி யர்கள், அடிப்படையில் பார்க்கப் போனால், விஞ்ஞானத் துறையிலும், மற்ற தொழில் துறையில் எத்தனையோ முன் னேற்றமடைந்திருந்தாலும் குடும்ப வாழ்க்கையைப் பொறுத்த வரையில், பத்தாம்பசலிகள். ஜப்பானியர்களுக்குள்ளேயே திருமணம் நிகழ்வதைத்தான் அவர்கள் விரும்புவார்கள். ஆனால் டேவிட், தமது மனைவியைப் புரிந்துகொண்டாரா? அவளுக்

கென்று ஒரு தனி வாழ்க்கை இருக்கக்கூடுமென்று ஒப்புக்கொண் டாரா? அவளைத் தம்முடைய லட்சியங்களைச் செயலாக்க வேண்டிய ஒரு கருவியாகத்தான் கண்டார். ஒரு கஸ்தூரி பாய் காந்தி உங்கள் நாட்டில் சாத்தியம். ஆனால் ஜப்பானில், அதுவும் பல எதிர்ப்புகளைச் சமாளித்து ஓர் இந்தியரை மணந்த பெண்ணிடம், இந்தத் தியாக உணர்வை எதிர்பார்க்க முடியாது. ஓயாமல் தினந்தோறும் சண்டை. ஆனால் டேவிட்டின் மனைவி அவரை மிகவும் நேசித்தாள். முடிவு, அவள் தற்கொலை செய்துகொண்டாள்.'

'மை காட்' என்றான் தீபக்.

'ஒன் மோர் ட்ரிங்(க்) ப்ளீஸ்.'

தீபக், ப்ராண்டியை ஊற்றிக்கொண்டு வந்தான். அவள் அதை ஒரே மடக்கில் குடிக்கவில்லை. கொஞ்சம் பருகிவிட்டுக் கீழே வைத்தாள்.

'மனைவியின் மரணம் டேவிட்டின் நடத்தையில் எந்தவித மாறுதல்களையும் ஏற்படுத்திவிடவில்லை. பெண்ணைத் தம் முடைய லட்சியங்களுக்கேற்ப வளர்க்க முற்பட்டார். தந்தைக் கும் தாய்க்கும் ஏற்பட்ட தினசரிச் சண்டைக்குச் சாட்சியாயிருந்த பெண், அந்தச் சூழ்நிலையினால் எப்படிப் பாதிக்கப்பட்டிருக்க வேண்டுமென்று நீங்கள் உணரலாம்.

தந்தையை ஒரு சர்வாதிகாரியாகவே அவள் கண்டாள். அவர் கொண்டிருந்த லட்சியங்கள் மீதும் அவளுக்கு அசாத்திய வெறுப்பு. ஒரு வயது வரை, அவர் சொல்லுகிறபடியெல்லாம் கேட்டுக் கொண்டு வந்த அவள், திடீரென்று போர்க் கொடியைத் தூக்கினாள். தம் லட்சியங்கள்தாம் தமக்கு முக்கியமானவை என்று நினைக்கின்றவர்கள் அடிப்படையாகப் பார்க்கப் போனால், சுயநலவாதிகள். எல்லையற்ற அகந்தையுடையவர்கள்.

சமூக வாழ்க்கையோடு சமரசம் செய்துகொள்ள விரும்பாதவர் கள். டேவிட்டின் பெண்ணும், அவர் வாழ்க்கையில் அடியோடு வெறுத்த ஓர் இனத்தவனுடன், ஆங்கிலேயனுடன் ஓடிப் போனாள். இதுதான் அவர் பால் அவள் காட்டிய எதிர்ப்புணர்ச்சி. அந்த ஆங்கிலேயனை அவள் காதலித்தாள் என்று சொல்ல முடியாது. அவன் அயோக்கியன், நான் பிறந்த பிறகு அவளை விட்டுப் பிரிந்து விட்டான்.

ஏமாற்றத்துக்குள்ளான என் தாய், ஹாங்காங்கில் நேர்மையாக வாழ வழியில்லாமல், அவள், தந்தையிடம் சென்று மன்னிப்புக் கோரியபோது, அவளை ஏற்றுக்கொள்ள அவர் மறுத்து விட்டார். ஹாங்காங்குக்குத் திரும்பி வந்து அவள் பட்ட அவஸ்தைகள், அவலங்கள் என்னைப் படிக்கவைத்து முன்னுக்குக் கொண்டுவர வேண்டுமென்று அவள் தன் உடலை விற்ற சோகக் கதைகள் என்னால் மறக்க முடியாது.

டேவிட்டை ஓர் உத்தமமான மனிதராக நான் கற்பனை செய்து கொண்டிருப்பேன் என்று எதிர்பார்க்கிறீர்களா? என் தாயும் தற்கொலை செய்துகொண்டுதான் இறந்தாள். நான் டேவிட்டைத் தேடிக்கொண்டு இந்தியாவுக்கு வந்தேன். எதற்காக?'

ப்ராண்டியை இன்னும் கொஞ்சம் பருகிவிட்டு சிறிதுநேரம் பேசாமலிருந்தாள்.

'சுதந்தரப் போராட்ட வீரர், இந்திய தேசிய ராணுவப் படையில் பணியாற்றியவர். சுதந்தரம் கிடைத்த பிறகு தமது லட்சியங் களையும் கொள்கைகளையும் நாட்டு நலனுக்காக எப்படிச் செயல்படுத்தியிருக்கிறார் என்று அறிந்துகொள்ள, இந்தியா வுக்கு வந்தவுடன் டேவிட்டை அறிந்தவர்கள் யாருமேயில்லை என்பது என் முதல் அதிர்ச்சி.

டெல்லியிலிருக்கிறார் என்ற தகவல் கிடைத்தவுடன் வந்தேன். ஆங்கிலேயனின் மகள் என்பதால் முதலில் என்னை ஏற்றுக் கொள்ளவே மறுத்தார். நான் விடாப்பிடியாக அவரைச் சந்தித்துக் கொண்டேயிருந்தேன்.

லட்சியங்கள் ஒரு மனிதனுக்கு ஒரு வயதுவரைக்குந்தான் அர்த்த முள்ளவையாக இருக்கும். பிறகு அவன் அந்த லட்சியங்களை அவன் கொண்டிருந்தான் என்ற காரணத்தால், ஊதியத்தை எதிர்பார்ப்பதுதான் மனித இயல்பு. டேவிட் ஊதியத்தையும் எதிர்பார்க்காமல் ஒதுங்கி வாழ்ந்தது அவரிடம் எனக்கு மதிப்பு ஏற்படச் செய்தது என்பது வாஸ்தவந்தான்.

ஆனால் அவர் மனைவி இறப்பதற்குக் காரணமாக இருந்த லட்சியங்கள், பெண் அவல வாழ்க்கை நடத்துவதற்குக் காரண மாக இருந்த லட்சியங்கள், அவரை எந்த நிலையில் கொண்டு விட்டிருந்தன? தினசரி மூன்று பெக் ரம் அவர் முன்பெல்லாம் குடிப்பதில்லை, தூய காந்தீயவாதியாக இருந்தார் என்று கேள்விப்

பட்டிருக்கிறேன். அவர் இதுவரை வாழ்ந்தது வாழ்க்கையின் மாலைப் பொழுதில் இந்த மூன்று பெக் ரம் முக்காகத்தானா?

அவர் சுயசரிதையை டிக்டேட் செய்ய ஆரம்பித்தார். ஒவ்வொரு கட்டத்திலும் எனக்கும் அவருக்கும் பலத்த விவாதம். அவர் தமது சொந்த வாழ்க்கையைப் பற்றி எழுத மறுத்தார். இது அவருடைய கோழைத்தனம் என்று நான் சொன்னேன். சமூகப் பொது வாழ்க்கையின் ஊழல்களைப் பற்றி ஒரு நியாயமான கோபத்துடன் பேசும் அவர், தமது சொந்த வாழ்க்கையில் அவரது மனைவிக்கோ, அவரின் பெண்ணுக்கோ செய்தது நியாயமா என்று சுயவிமரிசனம் செய்ய விரும்பவில்லை.

என் தாய் தற்கொலை செய்துகொண்டு இறந்தாள் என்பது அவரை மிகவும் பாதித்தது. அதை அவர் ஒப்புக்கொள்ளவும் விரும்பவில்லை. குற்ற உணர்வால் அவர் மிகவும் கஷ்டப் படுவது எனக்குத் தெரிந்தது. இந்தக் குற்ற உணர்வை ஏற்படுத்த வேண்டுமென்பதுதான், என் நோக்கம்.

இந்திய வரலாற்றைப் படித்து, இந்தியாவின் மீது மோகம் கொண்ட எனக்கு, இப்பொழுதைய சமுதாய நிலையைப் பார்த்தபோது, ஒரு பெரிய பண்பாட்டுப் பாரம்பரியத்துக்குத் தகுதியுடையவர்களா இந்த மக்கள் என்று தோன்றியது.

டேவிட் சுயசரிதையில் சமூகப் பெரும் புள்ளிகளின் ஊழல்களை அம்பலப்படுத்துகிறார் என்ற செய்தியைத் திட்டமிட்டு, நாசூக்காகப் பரவச் செய்தேன். இதனால் திருடர்கள் யாரைப் பற்றி அவர் என்ன எழுதியிருப்பார் என்ற பூகங்களுடன், இதனால் அரசியல் ஆதாயங்கள் தேட முடியுமா என்று முயலு வார்கள் என்று எனக்குத் தெரியும். இப்பொழுது மட்டுமல்ல, ஒரு மாத காலமாகவே என்னுடன் வியாபாரப் பேச்சுகள் நடந்து கொண்டிருக்கின்றன.

இதற்கிடையில் தீ விபத்து ஏற்பட்டது. சந்தேகம் தங்கள் மீது வரக்கூடாதென்பதற்காக, எதேச்சையான தீ விபத்து என்று தீர்மானித்து ஃபைலை மூடிவிடும்படி போலீஸாருக்கு உயர் மட்டத்திலிருந்து உத்தரவு வந்திருக்கலாம்.

ஆனால் நான் ஃபைலை மூடிவிடவில்லை. மூடிவிட விரும்பவு மில்லை. இதை ஒரு குரூர ஹாஸ்யமாக வேண்டுமானாலும் வைத்துக் கொள்ளுங்கள்.

போட்டோ பிரதிகள் இருக்கின்றன என்ற தகவல் மறுபடியும் பரபரப்பை உண்டாக்கியிருக்கிறது. போட்டோ பிரதிகள் நான் கட்டிவிட்ட கதை. இதன் மூலம் யார் யார் எப்படி எப்படி அரசியல் ஆதாயங்கள் தேடலாமென்ற நம்பிக்கைகள், நப்பாசைகள்.'

அவள் கண்களை மூடிக் கொண்டாள். அவளுக்கு லேசாக மூச்சு வாங்கியது.

'கொஞ்சம் தண்ணீர் வேண்டும்' என்றாள் சிறிது நேரம் கழித்து.

அஞ்சலி ஒரு தம்ளரில் தண்ணீர் கொண்டு வந்து கொடுத்தாள்.

'நாங்கள் டேவிட்டின் நண்பர்கள். எங்களுடன் ஒத்துழைப்பதாகச் சொல்லிக் கொண்டு ஏன் வந்தீர்கள்?' என்றான் ரவி.

'இந்தக் கதையை யாரிடமாவது சொல்லவேண்டும். டேவிட்டின் நண்பர்களாகிய உங்களைத் தவிர வேறு யாரிடம் சொல்ல முடியும்? நான் இன்னும் கொஞ்ச நாட்கள், இந்த விவகாரம் இழுத்து அடிக்குமென்று எதிர்பார்த்தேன். ஆனால் நீங்கள் 'நான் ஒரு கைதேர்ந்த நடிகை' என்று சொன்னதும், என்னை நிலைதடு மாறச் செய்துவிட்டது. உண்மை எதுவென்று தெரிந்தும், அதை மறைத்து வேஷங்களில் ஒளிந்து கொள்வது, எப்பேர்ப்பட்ட ஸ்ட்ரெய்ன் என்று உங்களுக்குத் தெரியுமா?'

'உண்மை எது?' என்றான் ரவி.

அவள் மௌனமாக அவனைப் பார்த்துப் புன்னகை செய்தாள்.

'முதல் உண்மை, போட்டோ பிரதிகள் இல்லை என்பது: இரண்டாவது...'

அவள் சிறிதுநேரம் தயங்கினாள்.

'சொல்லுங்கள்.'

'நேற்று மாலை அவரை நான் சந்தித்தபோது, மறுபடியும் எங்களுக்குள் பெரிய விவாதம் நிகழ்ந்தது. லட்சியபூர்வமான வாழ்க்கையை நடத்துவதாக அவர் நினைத்துக்கொண்டு வாழ்வதுதான் ஒரு மகத்தான பொய், இதை அவர் ஒப்புக் கொண்டுதான் ஆகவேண்டுமென்றேன்.

அது எப்படிப் பொய்யாகுமென்று அவர் கேட்டார்.

அவருடைய மனைவியும் மகளும் தற்கொலை செய்து கொண்ட தற்கு அவர்தாம் காரணம். இதைச் சுயசரிதையில் கூறாமல், சமூக, அரசியல் ஊழல்களை மட்டும் குறிப்பிட்டு, குன்றின்மீது இருந்துகொண்டு ஒரு பெரிய தீர்க்கதரிசியைப் போல் தீர்ப்பு வழங்க அவருக்கு எந்த உரிமையுமில்லை என்றேன்.

அவர் சிறிதுநேரம் அமைதியாக உட்கார்ந்திருந்தார். நான் சொன்னது அவர் மனத்தில் உறைத்திருக்க வேண்டும். நான் இனிமேல் சுயசரிதை எழுதப் போவதில்லை, இந்தக் காகிதங் களையெல்லாம் எரித்துவிடு என்றார்.

நான் ஒன்றும் பேசாமல் உட்கார்ந்திருந்தேன். அக்னிதான் எல்லாவற்றையும் பரிசுத்தமாக்குகிறது சாம்பல்தான் உண்மை. இந்தச் சத்தியத்துக்கு முன்னால் மற்ற அனைத்தும் பொய். டெஸ்டி டெத். ஷேக்ஸ்பியர் கூறியிருப்பது எவ்வளவு அழகான உண்மை என்று தனக்குத் தானே முணுமுணுப்பது போல் சொல்லிக் கொண்டிருந்தார்.

திடீரென்று என்னிடம் யு ஆர் எ கோஸ்ட் ஃபரம் மை பாஸ்ட், கெட் அவுட் என்று கத்தினார். நான் வந்துவிட்டேன். அவ ருடைய சுயசரிதைக் காகிதங்களை அடுக்கி அவர் முன்னால் வைத்துவிட்டு வந்தேன். நான் வரும்போது, அவர் அவற்றை வெறித்த நிலையில் பார்த்துக் கொண்டிருந்தார்.'

அவள் மறுபடியும் கண்களை மூடிக்கொண்டாள்.

'நான் ஒன்று கேட்கலாமா?' என்றான் ரவி.

'எஸ்?'

அவள் கண்களைத் திறக்கவில்லை.

'அந்தக் காகிதங்களை அவர் முன்னால் வைத்தது ஒரு திட்டமிட்ட காரியமா?'

அவள் பதில் கூறவில்லை.

ஆதவன் சிறுகதைகள்

ISBN 978-81-8368-085-1

விலை ரூ.*350*

சுப்ரமண்யராஜு கதைகள்

ISBN 978-81-8368-134-6

விலை ரூ.*200*

இரா. முருகன் கதைகள்

ISBN 978-81-8368-253-4

விலை ரூ.*350*

கால் முளைத்த மனம்

எஸ். வைதீஸ்வரன்

ISBN   978-81-8368-153-7

விலை ரூ.*60*